അച്ഛൻ

achan
stories
•
p v k panayal
•
first edition
july 2019
•
published
chintha publishers, thiruvananthapuram
•
typesetting
star communications, thiruvananthapuram
•
cover
dileepkumar

വിതരണം

ദേശാഭിമാനി ബുക്ക് ഹൗസ്
H O തിരുവനന്തപുരം-695 035
phone: 0471-2303026, 6063026
www.chinthapublishers.com
chinthapublishers@gmail.com

ബ്രാഞ്ചുകൾ

ഹെഡ്ഡാഫീസ് ബ്രാഞ്ച് കുന്നുകുഴി • സ്റ്റാച്യു തിരുവനന്തപുരം • കെ എസ് ആർ ടി സി ബസ് സ്റ്റേഷൻ ആലപ്പുഴ • കെ എസ് ആർ ടി സി ബസ് സ്റ്റേഷൻ എറണാകുളം • മച്ചിങ്ങൽ ലെയ്ൻ തൃശൂർ • ഐ ജി റോഡ് കോഴിക്കോട് • മാവൂർ റോഡ് കോഴിക്കോട് • എൻ ജി ഒ യൂണിയൻ ബിൽഡിങ് കണ്ണൂർ • സെൻട്രൽ ബസ് ടെർമിനൽ കോംപ്ലക്സ് താവക്കര കണ്ണൂർ

CO - 2817 / 5081
ISBN - 978-93-88485-80-1

അച്ഛൻ
(കഥകൾ)

പി വി കെ പനയാൽ

ചിന്ത പബ്ലിഷേഴ്സ്
തിരുവനന്തപുരം-695 035

പി വി കെ പനയാൽ

പി വി കുഞ്ഞിക്കണ്ണൻ. 1949 ൽ കാസർഗോഡ് ജില്ലയിലെ പനയാൽ ഗ്രാമത്തിൽ ജനനം. അച്ഛൻ: വി അമ്പു. അമ്മ: പി വി മാധവി. അദ്ധ്യാപകനായിരുന്നു. 2004 ൽ വിരമിച്ചു.

തലമുറകളുടെ ഭാരം (ചെറുകാട് അവാർഡ്) *സൂര്യാപേട്ട്* (അബുദാബി ശക്തി അവാർഡ്) *ഇളകിയാടുന്ന മൗനം* (എ പി കളയ്ക്കാട് അവാർഡ്) *ഖനിജം, ഏക്താര, ലോപ സന്ധി* (നോവലുകൾ) *അടിത്തട്ടിലെ ആരവം, നന്ദിഗ്രാം* (കഥാസമാഹാരം) *സമയതീരം* (നാടകം) *എ കെ ജി* (തിരക്കഥ) എന്നിവയാണ് മറ്റ് കൃതികൾ.

കേരള സാഹിത്യഅക്കാദമിയുടെ സമഗ്ര സംഭാവനയ്ക്കുള്ള അവാർഡ്, പ്രൊഫ. എ സുധാകരൻ സാംസ്കാരിക അവാർഡ്, നാടകരചനയ്ക്ക് പുരോഗമന കലാസാഹിത്യ സംഘം സമസ്ത കേരള സാഹിത്യ പരിഷത്ത് പുരസ്കാരങ്ങൾ എന്നിവ ലഭിച്ചു. 'ദ ഗ്രെയ്റ്റ് ട്രയൽ' എന്ന നാടക മത്സരത്തിൽ മികച്ച അവതരണത്തിനുള്ള അവാർഡ് നേടി.

സാഹിത്യപ്രവർത്തക സഹകരണസംഘം ഉപാദ്ധ്യക്ഷൻ, പുരോഗമന കലാസാഹിത്യ സംഘം ഉപാദ്ധ്യക്ഷൻ, ലൈബ്രറി കൗൺസിൽ ജില്ലാ സെക്രട്ടറി എന്നീ നിലകളിൽ പ്രവർത്തിക്കുന്നു.

ഭാര്യ : എ വി സാവിത്രി
മക്കൾ : സന്തോഷ്, സൗമ്യ
വിലാസം : പി വി കെ പനയാൽ
പി ഒ അജാനൂർ
വഴി ആനന്ദാശ്രമം
കാസർഗോഡ് ജില്ല 671531
ഫോൺ : 9495191071

ഉള്ളടക്കം

പ്രസാധകക്കുറിപ്പ്

മാറ്റത്തെക്കുറിച്ചുള്ള പ്രതീക്ഷകളും ആകുലതകളും ഉള്ളിൽ പേറുന്ന സവിശേഷ മനുഷ്യരാണ് പനയാലിന്റെ കഥാപാത്രങ്ങൾ. വൈയക്തികമായ പ്രശ്നങ്ങൾക്കുപരി സമൂഹമാണ്, അതിലെ ഓളങ്ങളും തിരകളുമാണ്, അവരെ അലട്ടുന്നത്. ആർത്തിരമ്പുന്ന ജീവിതത്തിനുമുന്നിൽ കരളുറപ്പോടെ നിലകൊണ്ട മനുഷ്യരാണ് *അച്ഛൻ* എന്ന ഈ സമാഹാരത്തിലെ കഥകളിൽ കടന്നുവരുന്നത്. വിപ്ലവ സ്വപ്നങ്ങൾകൊണ്ട് ജീവിതത്തിന്റെ ആരൂഢം പണിഞ്ഞ പപ്പൻ മാഷിൽ വന്നുകൊണ്ടിരിക്കുന്ന മാറ്റങ്ങൾ മകളുടെ ദൃഷ്ടിയിലൂടെ കാണുകയാണിതിലെ ശീർഷക കഥയിൽ. പപ്പൻ മാസ്റ്റർക്കു വന്നു ചേരുന്ന മാറ്റങ്ങൾ സമൂഹത്തിലെ എതിർ ചലനങ്ങളുടെ പ്രതിഫലനമാണ്. അയുക്തികതയും അന്തസ്സാരശൂന്യതയും അന്ധവിശ്വാസങ്ങളും സൃഷ്ടിക്കപ്പെട്ടുവരുന്ന സാമൂഹ്യസാഹചര്യത്തിലെ ജീവിതമാണ് ഇതിലെ കഥകളിൽ ഏറെയും. എഴുത്തിനെ ലക്ഷ്യബോധത്തോടെ കാണുന്ന പനയാലിന്റെ കഥകൾ വായനാസമൂഹം ഇരു കൈകളും നീട്ടി സ്വീകരിക്കുന്നതും അതുകൊണ്ടുതന്നെയാണ്. പുതിയൊരു വായനാനുഭവത്തിനായി പി വി കെ പനയാലിന്റെ കഥകൾ സമർപ്പിക്കുന്നു.

ചിന്ത പബ്ലിഷേഴ്സ്

അച്ഛൻ

അടുത്ത കാലം വരെ അച്ഛന് പറയത്തക്ക അസുഖമൊന്നും ഉണ്ടായിരുന്നില്ല. ജോലിയിൽനിന്നുള്ള വിരമിക്കൽ അച്ഛന്റെ ഉന്മേഷത്തെതെല്ലും ബാധിച്ചിരുന്നില്ല. ഇപ്പോൾ എന്താണ് സംഭവിച്ചിരിക്കുന്നത് എന്ന് ചോദിച്ചാൽ വ്യക്തമായൊരുത്തരം നല്കുക പ്രയാസമാണ്. സർവ്വീസിലിരിക്കുമ്പോഴെന്നപോലെ ഇപ്പോഴും വെളുപ്പിന് അഞ്ചുമണിക്കു മുമ്പു തന്നെ എഴുന്നേല്ക്കുന്നുണ്ട്. കുറഞ്ഞത് മുക്കാൽമണിക്കൂറെങ്കിലും നടക്കുന്നുണ്ട്. നടത്തം കഴിഞ്ഞുവന്നാണ് വാഴയ്ക്കും ചെടികൾക്കും മറ്റും വെള്ളമൊഴിക്കുക. ഇത്രയുമാകുമ്പോഴേക്കും നന്നായി വിയർത്തിരിക്കും. മൺകൂജയിൽനിന്നും നല്ല തണുത്തവെള്ളം നാലുഗ്ലാസ് കുടിക്കും അതൊരിക്കലും കൂടുകയോ കുറയുകയോ ചെയ്യില്ല. അപ്പോഴേക്കും പത്രം എത്തിയിരിക്കും. വിശദമായ വായനയ്ക്കുശേഷം എഡിറ്റോറിയൽ പേജിലെ സൂക്ഷ്മമായ നിരീക്ഷണങ്ങളും പ്രധാനവാർത്തകളും ഡയറിയിൽ കുറിച്ചിടും. പ്രസംഗമുള്ള ദിവസങ്ങളിൽ അച്ഛൻ ഡയറിയിലൂടെ കണ്ണോടിച്ചു പോകുന്നതുകാണാം. വസ്തുതകളുടെ പിൻബലമില്ലാതെ അച്ഛൻ പ്രസംഗിക്കാറില്ല. അച്ഛന്റെ സഹപ്രവർത്തകൻ കരുണൻ മാഷ് ഇക്കാര്യം ഒന്നിലധികം തവണ പറയുന്നത് ഞാൻ കേട്ടിട്ടുണ്ട്.

ഈ അറുപത്തഞ്ചാം വയസ്സിലും വേണ്ടത്ര തയ്യാറെടുപ്പോടുകൂടി മാത്രമേ പപ്പൻ മാഷ് പ്രസംഗിക്കാറുള്ളൂ. വാചകമേളേല് സ്ഥാനം പിടിക്കാനുള്ള തരികിടപ്പണിക്കൊന്നും മാഷെ കിട്ടൂല. വിഷയത്തിൽനിന്ന് വ്യതിചലിച്ച് ആളുകളെ സുഖിപ്പിക്കാനുള്ള പണിക്കും മാഷിനെ കിട്ടില്ല.

വളരെ വർഷങ്ങൾക്കു മുമ്പാണ് അച്ഛന്റെ പ്രസംഗം ഞാൻ കേട്ടത്. ചിന്തയുടെയും വികാരത്തിന്റെയും പുതിയൊരു ലോകത്തിലേക്ക് ആൾക്കൂട്ടത്തെ തെളിച്ചുകൊണ്ട് പോകുന്നതാണ് ആ പ്രസംഗമെന്ന്

എനിക്കുതോന്നിയിട്ടുണ്ട്. എണ്ണ വറ്റിയ തിരിനാളമായി ഞാൻ മാറിയ ശേഷം അച്ഛന്റെ പ്രസംഗം കേൾക്കാൻ എനിക്കു കഴിഞ്ഞില്ല. എങ്കിലും ഓരോ ദിവസവും അച്ഛൻ എവിടെയാണ് പ്രസംഗിക്കുന്നതെന്ന് ഞാൻ കലണ്ടറിൽ നോക്കി മനസ്സിലാക്കും. കലണ്ടറിലാണ് അച്ഛന്റെ പ്രസംഗ ത്തിന്റെ സമയവും സ്ഥലവും കുറിച്ചിടുക. ഉച്ചയൂണു കഴിഞ്ഞ് ഒരുമണി ക്കൂറെങ്കിലും വിശ്രമിച്ചിട്ടായിരിക്കും ഒട്ടുമിക്കദിവസവും തോൾ സഞ്ചിയും തൂക്കി അച്ഛൻ പുറപ്പെടുക. തിരിച്ചെത്തുന്ന ഏകദേശ സമയം സൂചിപ്പി ച്ചുകൊണ്ടായിരിക്കും പോക്ക്.

എല്ലാം പതിവുപോലെ ഇന്നും നടക്കുന്നുണ്ട്. ഒന്നിനും ഒരു മാറ്റവും വന്നിട്ടില്ല. പക്ഷേ, അച്ഛന്റെ ഓരോ ചലനത്തിനു പിന്നിലും അജ്ഞാത മായ ഏതോ ശക്തിയുടെ കുരുക്കിട്ടു പിടിത്തമുണ്ടെന്ന് എനിക്കനുഭവ പ്പെട്ടു തുടങ്ങിയിട്ട് മാസങ്ങളായി. കൈകൾ സാമാന്യത്തിലധികം വീശി തലയെടുപ്പോടെ ഇരുഭാഗത്തേക്കും മാറിമാറി നോക്കിക്കൊണ്ടുള്ള ആ നടത്തം അച്ഛൻ മറന്നുപോയതുപോലെ. വഴിയോരത്തെ വേലിപ്പടർപ്പിലെ പൂക്കൾ വിടർന്നു നില്ക്കുന്നതു കണ്ടാൽ പുതിയൊരു മനുഷ്യൻ മുമ്പിൽ വന്നുപെട്ടതുപോലെ, മുഖം നിറഞ്ഞുചിരിക്കുന്ന ശീലവും അച്ഛന് കൈമോശം വന്നതുപോലെ. തന്നോടുതന്നെ പല ചോദ്യങ്ങൾ ചോദിച്ചും ഉത്തരം പറഞ്ഞും തൃപ്തിവരാതെ ചൂണ്ടുവിരൽ കൊണ്ട് എന്തോ കൂട്ടിയും കിഴിച്ചും നടക്കുന്നതു കാണുമ്പോൾ എന്റെ കണ്ഠനാളം ഒരു തുരങ്കമായി മാറും. തുരങ്കത്തിലെ ഇരുട്ടിൽനിന്ന് കിനിഞ്ഞിറങ്ങുന്ന മഹാ സങ്കടങ്ങളുടെ ഇരമ്പലിൽ അപ്പോൾ എന്റെ ഉടലാകെ വിറകൊള്ളും.

എന്തോ ചില പ്രശ്നങ്ങൾ അച്ഛനെ കാര്യമായി അലട്ടുന്നുണ്ട്. അത് ശാരീരികമാണോ മാനസികമാണോ എന്ന് തിരിച്ചറിയാൻ കഴിയുന്നില്ല. മനസ്സിനെ അലട്ടാൻ മാത്രം വലിയൊരു പ്രശ്നം അച്ഛനുള്ളതായി അറി യില്ല ഉണ്ടെങ്കിൽത്തന്നെ അത് എന്റെ ഭാവിയെക്കുറിച്ചുള്ള ഉൽക്കണ്ഠ മാത്രമായിരിക്കും. ഒരേയൊരു മകൾ. അച്ഛന്റെ മകനും മകളും ഞാൻ മാത്രമായിരുന്നു. വേദന തിന്നുതിന്ന് സഹിക്കവയ്യാതെ ചിറകുകൾ കുടഞ്ഞ് കൂടു തകർത്ത് ജീവൻ പറന്നുപോകുന്നേരം എന്റെ കൈകൾ അച്ഛന്റെ കൈകളിൽ ചേർത്തു നിർത്തുകയാണ് അമ്മ ചെയ്തത്. ഒരു പാട് കാര്യങ്ങൾ അമ്മ അതിലൂടെ പറഞ്ഞുവച്ചു. നമ്മുടെ മോളെ നോക്കി ക്കോണേ പപ്പേട്ടാ എന്ന അഭ്യർത്ഥനയാവാം. പെണ്ണാണ്, സൂക്ഷിക്കണം എന്ന മുന്നറിയിപ്പാവാം. പപ്പേട്ടാ, നിങ്ങൾ ഒരു സ്വപ്നജീവിയാണ്. യാഥാർത്ഥ്യം തിരിച്ചറിയുന്നതിൽ കൂടുതൽ ജാഗ്രത കാണിക്കണം എന്ന ഉപദേശമാവാം. പയ്യാമ്പലത്ത് അമ്മ കത്തിയമർന്നു. അന്നൊന്നും അച്ഛൻ തളർന്നില്ല. അമ്മയുടെ മരണദിവസം ആശ്വസിപ്പിക്കാൻ ധാരാളമാളുകൾ വീട്ടിലെത്തിയിരുന്നു. കണ്ടു പരിചയമുള്ളവരും കണ്ടും കേട്ടും പരിചയ മില്ലാത്തവരും അക്കൂട്ടത്തിലുണ്ടായിരുന്നു. ഇരുട്ട് വീഴും മുമ്പേ എല്ലാ വരും അവരവരുടെ വീടു പിടിച്ചു. കരുണൻ മാഷും ഭാര്യയും വളരെ വൈകുവോളം കൂട്ടിനുണ്ടായിരുന്നു. അവസാനം അവരും പോയി.

അച്ഛനും ഞാനും മാത്രമായി വീട്ടിൽ. ഞങ്ങൾക്കിടയിൽ അമ്മ അരൂപിയായി അങ്ങുമിങ്ങും നടന്നു. വാതിൽ പാളിയുടെ മറവിൽ, കോണിപ്പടിയുടെ ചുവട്ടിൽ, അടുപ്പിന്റെ അരികിൽ, പടിഞ്ഞാറ്റയിലെ തൂക്കുവിളക്കിന്റെ മുമ്പിൽ അമ്മയുള്ളതായി എനിക്കു തോന്നി. അച്ഛനും അങ്ങനെ തോന്നിയിരിക്കണം. അതുകൊണ്ടായിരിക്കണം എനിക്കും അച്ഛനും അന്ന് ഒരുപോള കണ്ണടയ്ക്കാൻ കഴിയാതിരുന്നത്. കണ്ണടയുകയാണ് എന്ന് തോന്നുമ്പോഴൊക്കെ അമ്മയുടെ തേങ്ങൽ പല കോണുകളിൽനിന്ന് ഞാൻ കേട്ടു. അച്ഛൻ എന്റെ കണ്ണീർ തുടച്ചു. കട്ടിലിൽ കിടത്തി. ആശ്വസിപ്പിച്ചു.

അമ്മയുടെ വഴിയേ അമ്മപോയി. നമ്മുടെ വഴി തെളിയുമ്പോൾ നമുക്കും പോകേണ്ടിവരും. പ്രകൃതി നിയമമാണ് മോളേ അത്. മോളുറങ്ങിക്കോ. ഞാൻ പുറത്തുണ്ട്. ഉറങ്ങാതെ നിനക്ക് കാവലിരിക്കുന്നുണ്ട്.

അച്ഛൻ വരാന്തയിലേക്കിറങ്ങി. രാവിലെ എഴുന്നേറ്റ് നോക്കുമ്പോഴും അച്ഛൻ വരാന്തയിൽ ഒരേയിരിപ്പിലായിരുന്നു. ട്യൂബ്ലൈറ്റ് അപ്പോഴും കത്തുന്നുണ്ടായിരുന്നു. പകൽ വന്നതും വെയിൽ നിറഞ്ഞതും അച്ഛൻ അറിഞ്ഞില്ല.

വളരെ പെട്ടെന്നുതന്നെ അച്ഛൻ കർമ്മശേഷി വീണ്ടെടുത്തു. ഒരു മാസം കഴിഞ്ഞതേയുള്ളൂ. അച്ഛൻ സഞ്ചി തോളിൽ തൂക്കിയിട്ട് പ്രസംഗ കേന്ദ്രങ്ങളിലെത്തിത്തുടങ്ങി. പെൻഷൻ പറ്റിയിട്ട് അപ്പോൾ ഒരു വർഷം കഴിഞ്ഞിരുന്നു.

ബി എസ് സി കഴിഞ്ഞപ്പോഴാണ് എനിക്കൊരു കല്യാണാലോചന വന്നത്. അച്ഛന് അത് നന്നേ ഇഷ്ടപ്പെട്ടു. സുധിയേട്ടനെ എനിക്ക് നേരത്തെ പരിചയമുണ്ടായിരുന്നു. അച്ഛന്റെ ശിഷ്യൻ എന്ന നിലയിൽ മാത്രമല്ല, ഊർജ്ജസ്വലനായ സാമൂഹികപ്രവർത്തകൻ എന്ന നിലയിലും നന്നായി അറിയാമായിരുന്നു. അച്ഛൻ എന്നോട് അഭിപ്രായമാരാഞ്ഞു. ഞാൻ വിസമ്മതമൊന്നും പറഞ്ഞില്ല. ഒന്നുകൂടി ആലോചിച്ചിട്ടു പോരേ പപ്പൻ മാഷെ, തീരുമാനമെടുക്കുന്നത് എന്ന് കരുണൻ മാഷ് അഭിപ്രായപ്പെട്ടു. അച്ഛൻ മാഷുടെ മുമ്പിൽ തന്റെ താല്പര്യത്തിനുള്ള കാരണങ്ങൾ നിരത്തി. സുധീഷിന് ഇപ്പോൾ ഒരു ജോലിയില്ല എന്നു പറയുന്നത് നേരുതന്നെ. പക്ഷേ, അവനൊരു ഗ്രാജ്വേറ്റല്ലേ. ഏതെങ്കിലുമൊരു സ്വകാര്യ സ്ഥാപനത്തിൽ ചെറിയൊരു ജോലി തരപ്പെടുത്തിക്കൊടുക്കാൻ പ്രയാസമുണ്ടാവില്ല. സാമൂഹികപ്രവർത്തനത്തിന് തടസ്സമുണ്ടാകാത്ത വിധത്തിൽ ഒരു ജോലി. അതാണ് ഞാൻ ഉദ്ദേശിക്കുന്നത്. മോളെ തുടർന്ന് പഠിപ്പിക്കാൻ അവന് സമ്മതമാണ്. ഞാനതിൽ കാണുന്ന ഏറ്റവും വലിയ മെച്ചമെന്താണെന്നുവച്ചാൽ എന്റെ കരുണൻ മാഷേ, സുധീഷിന്റെ അച്ഛൻ നമ്മളെപ്പോലുള്ള ഒരു റിട്ടേഡ് മാഷ്. സംഘടനാ നേതാവ്. എന്റെ ഭാഷ അയാൾക്ക് മനസ്സിലാവും. അയാളുടെ ഭാഷ എനിക്കും. അതുകൊണ്ടാണല്ലോ വിവാഹശേഷം സുധീഷിനെ ഇവിടെ നിർത്താൻ മാഷ് സമ്മതിച്ചത്.

അത് ശരിയാണെന്ന് കരുണൻ മാഷ് തലകുലുക്കി സമ്മതിച്ചു. പപ്പൻ മാഷ് തനിച്ചാവുന്ന ഒരു സ്ഥിതി വരില്ലല്ലോ അത് നന്നായി.

താലി ബന്ധനമൊന്നുമുണ്ടായിരുന്നില്ല. കമ്യൂണിറ്റി ഹാളിൽ ലളിതമായൊരു ചടങ്ങ്. ചടങ്ങിനെത്തിയവർക്കെല്ലാം പായസം. തീർന്നു.

എ കെ ജിയുടെ വിവാഹംപോലെ എന്ന് കരുണൻ മാഷ് അഭിപ്രായപ്പെട്ടു.

അമ്മയുടെ മരണശേഷം വീട്ടിൽ രണ്ടു മനുഷ്യർക്കിടയിൽ മൂന്നാമതൊരാളുടെ ശബ്ദം വീണ്ടും കേട്ടു തുടങ്ങി. വീണ്ടും പൊട്ടിച്ചിരി. നേരമ്പോക്കുകൾ. ചോദ്യങ്ങൾ. ഉത്തരങ്ങൾ. ചർച്ചകൾ. വീടുനിറയെ വെളിച്ചം. വൈകിയുറങ്ങുന്ന രാത്രികൾ. നേരത്തെ ഉണരുന്ന പകലുകൾ. മനസ്സു നിറയെ സന്തോഷം. പക്ഷേ, ഏറെ നാൾ ഈ സന്തോഷം നീണ്ടു നിന്നില്ല.

ഒരു വിളിപ്പാടകലെ തൊട്ടടുത്തുള്ള പറമ്പിലൂടെയുള്ള നടവഴിയിൽ നിന്നാണ് നിലവിളി കേട്ടത്. നല്ല ഇരുട്ടായിരുന്നു. ഒൻപതു മണിയോടടുത്തിരുന്നു. നാലുഭാഗത്തുനിന്നും നിലവിളിയുടെ നേർക്ക് ഓടിപ്പോകുന്നവരുടെ ശബ്ദം. ടോർച്ചെടുത്ത് അച്ഛനും പിന്നാലെ പോയി. ഞാനും അച്ഛന്റെ കൂടെ നടന്നു. പക്ഷേ, ആർക്കും പറമ്പിലെത്താൻ കഴിഞ്ഞില്ല. നാലുഭാഗത്തുനിന്നും ബോംബേറ്. ടോർച്ചു വെളിച്ചം പുകമറയിൽ തട്ടി തിരിച്ചുവന്നു. ഒന്നും വ്യക്തമായില്ല. എന്റെ പേരെടുത്തുവിളിച്ചുകൊണ്ടുള്ള നിലവിളി കേട്ടതോടെ അച്ഛന്റെ ചുമലിൽ ചാഞ്ഞതു മാത്രമേ ഓർമ്മയുള്ളൂ. പിന്നീടൊന്നും ഓർമ്മയില്ല. ഒരുദിവസം കഴിഞ്ഞത്രെ ബോധം വീണ്ടുകിട്ടാൻ. കാതിൽ അപ്പോഴും ആ നിലവിളി ഉണ്ടായിരുന്നു. കൺമുമ്പിൽ കുറേ നിഴൽചിത്രങ്ങൾ. രണ്ടാഴ്ച കഴിഞ്ഞു ആശുപത്രി വിടാൻ.

കാലും കൈയും അറുത്തു മാറ്റിയിരുന്നത്രെ! ഇടവഴിയിലെ മണ്ണ് ചോരയിൽ കുതിർന്നിരുന്നത്രെ. 'നിഷ്പക്ഷ' പത്രങ്ങൾ വാർത്തകൾ സംഘർഷത്തിലൊതുക്കി. ഒരു പ്രദേശത്തു നടക്കുന്ന ആദ്യത്തെ കൊലപാതകം. ഇരുട്ടിന്റെ മറവിൽ പതിയിരുന്നാക്രമണം. കൈയും കാലും അറുത്തിട്ടു. രക്ഷിക്കാൻ ഓടിയെത്തിയവരെ ബോംബെറിഞ്ഞോടിച്ചു. എന്നിട്ടും തെരഞ്ഞുപിടിച്ച വാക്ക്, സംഘർഷം!

ജീവിതം വീട്ടുമുറിക്കുള്ളിൽ മാത്രമായി. പലവഴികൾ അച്ഛൻ തുറന്നു തന്നു. കാലെടുത്തു വയ്ക്കാൻ തോന്നിയില്ല. ഒരുവർഷം അനുഭവിച്ച സന്തോഷം മതി ഒരായുഷ്കാലത്തേക്കെന്ന് എനിക്കുതോന്നി. ഒരു നിഴൽ പോലും ആ ഓർമ്മകളെ അശുദ്ധമാക്കരുത്. വഴിയിലൊഴുക്കിയ ചോരയെക്കുറിച്ച് ആരും വിലാപകാവ്യമെഴുതിയില്ല. ഏറ്റുവാങ്ങിയ വെട്ടുകളുടെ എണ്ണത്തെക്കുറിച്ച് ലേഖനമെഴുതി മാധ്യമ പരിലാളന നേടിയെടുക്കാനുള്ള സ്കോപ്പില്ലാത്തതുകൊണ്ട് എഴുത്തുകാർ നിശ്ശബ്ദരായി. വിഷയം ചാനൽ ചർച്ചയ്ക്കെടുത്തില്ല. കലാ സാംസ്കാരിക പ്രവർത്തകരുടെ കൂട്ടപ്രസ്താവനകൾ പത്രങ്ങളിൽ പ്രത്യക്ഷപ്പെട്ടില്ല.

എന്റെ ഭാവിയെക്കുറിച്ചുള്ള ഉൽക്കണ്ഠകൾ തന്നെയായിരിക്കുമോ അച്ഛന്റെ മനസ്സ് ചുട്ടുപഴുപ്പിക്കുന്നത്. തനിക്കിനി അധിക ദൂരം മുന്നോട്ടു പോകാനില്ലെന്ന് അച്ഛന് തോന്നിത്തുടങ്ങിയിരിക്കും. വിളി വന്നാൽ പോകേണ്ടിവരും. ഈ വീടിനകത്ത് മറ്റൊരു ശബ്ദമില്ലാതെ മറ്റൊരു കാഴ്ച യില്ലാതെ വാതിലും ജനലും തുറക്കാതെ വീട് എന്ന ശരീരത്തിനകത്തെ ഹൃദയം മാത്രമായി താൻ ചുരുങ്ങുന്നതും ഒരു ദിവസം അതിന്റെ മിടിപ്പ് നില്ക്കുന്നതും വെയിലും മഴയും മഞ്ഞുമേറ്റ് ക്രമേണ വീട് നിലം പൊത്തുന്നതും ഒരു മനുഷ്യന്റെ അസ്ഥികൂടം അതിനകത്തു നിന്നു പുറം ലോകത്തെ നോക്കി ചിരിക്കുന്നതും അച്ഛൻ ഇപ്പോൾ മനസ്സിൽ കാണു ന്നുണ്ടാകുമോ? ഉണ്ടായിരിക്കണം. നിശ്ചയമായും ഉണ്ടായിരിക്കണം. ദിവസം കഴിയുന്തോറും ആ പേച്ചിരി അച്ഛന്റെ ശരീരത്തെ കൂടുതൽ കൂടുതൽ തളർത്തിക്കൊണ്ടിരിക്കുന്നുണ്ടാകും.

ജനലരികിലെ കസേരയിലിരുന്ന് അച്ഛൻ പുറത്തേക്കു നോക്കിയി രിക്കുകയാണ്. ഒരു നിമിഷംപോലും കളയാതെ എപ്പോഴും എഴുതുകയോ വായിക്കുകയോ ചെയ്യാറുള്ള അച്ഛൻ ഇപ്പോൾ ഇങ്ങനെയാണ്. രാവി ലത്തെ പത്രവായനയും ഡയറി എഴുത്തും ചായകുടിയും കഴിഞ്ഞാൽ ഈ കസേരയിൽ പുറത്തേക്കുനോക്കി വെറുതെയിരിക്കും. പുറത്ത് വലിയ മാറ്റങ്ങളാണ് ഉണ്ടായിക്കൊണ്ടിരിക്കുന്നത്. കാടുമൂടിക്കിടന്നിരുന്ന തൊട്ട ടുത്ത പറമ്പിലെ മരങ്ങൾ വെട്ടിമാറ്റി അവിടെ പുതിയ രണ്ടു വീടുക ളുടെ ജോലി അവസാനഘട്ടത്തിലാണ്. ഇഷ്ടിക പാകിയ വിശാലമായ മുറ്റവും പൂന്തോട്ടവും ജലധാരായന്ത്രങ്ങളും അലങ്കാര വിളക്കുകളും ആ വീടുകളെ കൂടുതൽ സുന്ദരമാക്കി. കാടും മരങ്ങളും വെട്ടിമാറ്റി യതുകൊണ്ട് ഇപ്പോൾ വിശാലമായ വയലിന്റെ അങ്ങേയറ്റം വരെ കാണാം. അതിരുകൾ വളരെ പെട്ടെന്ന് മാഞ്ഞു പോകുന്നു. ദേശത്തിന്റെ അതിര് ചക്രവാളമായി മാറുന്നു. ആകാശച്ചെരുവിൽ വർണ്ണമേഘങ്ങൾ ആട്ടിൻ കുട്ടികളെപ്പോലെ മേയാനിറങ്ങുന്നതും, പക്ഷികൾ കൂട്ടം കട്ട മായി കൂടുതേടിപ്പോകുന്നതും ഇവിടെയിരുന്നാൽ കാണാം. പക്ഷേ, ഇതി ലൊന്നിലുമായിരിക്കില്ല അച്ഛന്റെ ശ്രദ്ധ. രാവിലെയും വൈകുന്നേരവും ആ വീടുകളിലെത്തുന്ന ആഡംബര കാറുകളും പരിചിതരും അപരിചി തരുമായ മനുഷ്യരുമായിരിക്കണം അച്ഛന്റെ ശ്രദ്ധാ വിഷയം.

രണ്ടു വീടുകളിലെയും പാൽകാച്ചൽ കർമ്മം നടന്നത് ഒരേ ദിവസ മായിരുന്നു. രണ്ടുപേരും ഗൃഹപ്രവേശനച്ചടങ്ങിൽ പങ്കെടുക്കാൻ അച്ഛനെ ക്ഷണിക്കാൻ വന്നിരുന്നു. അച്ഛൻ പെൻഷൻ പറ്റിപ്പിരിഞ്ഞ സ്കൂളിലെ പുതുതലമുറയിലെ അദ്ധ്യാപകരായിരുന്നു രണ്ടുപേരും. ഒരാൾ ദൊഡ്ഡ മനെ ശങ്കരൻ എമ്പ്രാന്തിരി. മറ്റേയാൾ വരമ്പിൽ വത്സൻ. തൊട്ടടുത്ത മുറിയിലിരിക്കുകയായിരുന്ന എനിക്ക് അവർ പറയുന്നതെന്താണെന്ന് വ്യക്തമായി കേൾക്കാൻ കഴിഞ്ഞിരുന്നു. വാതിലിന്റെ വിടവിലൂടെ അവരെ ഭാഗികമായി കാണാനും കഴിഞ്ഞിരുന്നു.

ഒരു പ്രസംഗകൻ എന്ന നിലയിലും മികച്ച അദ്ധ്യാപകൻ എന്ന

നിലയിലും ഞങ്ങൾ സാറിനെ മാനിക്കുന്നു. നെറ്റി നിറയെ ഭസ്മം പൂശിയ ആൾ പറഞ്ഞു. ഞങ്ങൾ രണ്ടുപേരും സാറ് പെൻഷൻ പറ്റിയ സ്കൂളിലെ അദ്ധ്യാപകരാണ്. പ്രസംഗവും അത്യാവശ്യത്തിനുണ്ട്. ഞാൻ ദൊഡ്ഡമനെ ശങ്കരൻ എമ്പ്രാന്തിരി. ഇയാൾ വരമ്പിൽ വത്സൻ. ഞാൻ ആദ്ധ്യാത്മിക പ്രഭാഷണം മാത്രമേ നടത്താറുള്ളൂ. സപ്താഹത്തിനും പോകാറുണ്ട്. സപ്താഹം ഏഴുദിവസത്തെ ഒരു പാക്കേജാണല്ലോ. ഒരു ലക്ഷമാണ് റേറ്റ്. അല്പസ്വല്പം അങ്ങോട്ടോ ഇങ്ങോട്ടോ ആയാലും ഞാൻ അതു കാര്യമാക്കാറില്ല. എല്ലാം ഭഗവാനിൽ അർപ്പിച്ചുകൊണ്ട് മുന്നോട്ടുപോകുന്നു. പൂർണ്ണകുംഭത്തോടെയുള്ള സ്വീകരണം എല്ലായിട ത്തുനിന്നും കിട്ടാറുണ്ട്. ആദ്ധ്യാത്മിക പ്രഭാഷണത്തിന് പത്തായിരവും ടാക്സി ചാർജും. എന്റെ സുഹൃത്ത് വരമ്പിൽ വത്സൻ റെഡിമെയ്ഡ് പ്രസംഗകനാണ്. സ്ഥലവും സന്ദർഭവും നോക്കി ഏതു വിഷയത്തെക്കു റിച്ചും തട്ടും. സംഘാടകരുടെ സന്തോഷമാണ് വരമ്പിൽ വത്സന്റെ സന്തോഷം. വാഹനവും അയ്യായിരവുമാണ് റെയ്റ്റ്. ഈ രംഗത്ത് വളരെ ജൂനിയറാണ്. ക്രമേണ വെയ്റ്റ് കൂട്ടാം. ഒരു വിപ്ലവപാർട്ടിയുടെ പിന്തുണ കൂടിയുള്ളതുകൊണ്ട് സ്ഥാനമാനങ്ങൾക്ക് സാദ്ധ്യതയുണ്ട്.

ഒരക്ഷരം മിണ്ടാതെ അച്ഛൻ ശാന്തനായി അവരെത്തന്നെ നോക്കി യിരുന്നു. ഇത്രയും അക്ഷോഭ്യനായി അച്ഛനെങ്ങനെ ഇരിക്കാൻ കഴിഞ്ഞു വെന്ന് ഞാൻ അത്ഭുതപ്പെട്ടു.

ദൊഡ്ഡമനെ ശങ്കരൻ എമ്പ്രാന്തിരി തുടർന്നു. അടുപ്പിൽ കല്ലിട്ടതു പോലെ മൂന്നുപ്രസംഗകരുടെ വീടുകൾ അടുത്തടുത്തായി നില്ക്കുന്നത് ഏതായാലും നന്നായി. ഒരാൾക്ക് ഡെയ്റ്റില്ലാതെ വന്നാൽ മറ്റൊരാളെ ബുക്ക് ചെയ്യാം. ആദ്ധ്യാത്മികം വേണ്ടവർക്ക് ആദ്ധ്യാത്മികം. ഭൗതികം വേണ്ടവർക്ക് ഭൗതികം. ഇത് രണ്ടും ചേർന്ന കോംപ്രമൈസ് പ്രസംഗം വേണ്ടവർക്ക് വരമ്പിൽ വത്സൻ.

വരമ്പിൽ വത്സൻ വളരെ കരുതലോടെയാണ് അച്ഛന്റെ മുമ്പിൽ ഇരു ന്നത്. സൗജന്യമായി നല്കേണ്ട ഒരു കർമ്മമല്ല പ്രസംഗമെന്ന് സാഹിത്യ കാരന്മാരെ ഉദ്ധരിച്ച് അദ്ദേഹം അച്ഛനെ ഓർമ്മിപ്പിച്ചു. രാഗങ്ങൾക്കും ഈണങ്ങൾക്കും നിറങ്ങൾക്കും അക്ഷരങ്ങൾക്കും ചുവടുകൾക്കും ഭാവ ങ്ങൾക്കും പ്രതിഫലം പറ്റാമെങ്കിൽ നാവുകൊണ്ട് ജോലി ചെയ്യുന്ന നമുക്കും പ്രതിഫലം കിട്ടിയേ തീരൂ. അത് കൈപ്പറ്റുന്നവരെ മാത്രമേ സമൂഹം മാനിക്കുകയുള്ളൂ.

ഇത്രയുമായപ്പോൾ അച്ഛന്റെ ക്ഷമ നശിച്ചുപോയിരിക്കണം. അച്ഛൻ ചോദിച്ചു.

“വരമ്പിൽ വത്സന്റെ അച്ഛൻ വത്സനോട് കൂലി ചോദിച്ചിട്ടുണ്ടാവു മല്ലോ? ഇല്ലേ?”

“എന്ത് കൂലി?” വത്സൻ ചോദിച്ചു

“നിങ്ങളെ ഉണ്ടാക്കിയതിനുള്ള കൂലി?”

വരമ്പിൽ വത്സനും ദൊഡ്ഡമനെ ശങ്കരൻ എമ്പ്രാന്തിരിയും വിയർത്തു

പോയി. എന്തെങ്കിലും സംഭവിക്കുമെന്ന് എനിക്ക് തോന്നി. അച്ഛൻ നിർത്തിയില്ല.

"സ്വാർത്ഥരാഹിത്യമാണ് മതത്തിന്റെ അന്തഃസത്തയെന്ന് വിവേകാനന്ദൻ പറഞ്ഞു. നിങ്ങൾ ക്രിസ്ത്യാനിയായാലും യഹൂദനായാലും അവിശ്വാസിയായാലും വേണ്ടില്ല നിങ്ങൾ സ്വാർത്ഥരഹിതനാണോ എന്നത് മാത്രമാണ് പ്രശ്നം. ഒരൊറ്റ മതഗ്രന്ഥം വായിക്കാതെയും പള്ളിയിലോ ക്ഷേത്രത്തിലോ പോകാതെയും നിങ്ങൾക്ക് ഒരു സിദ്ധപുരുഷനാവാം, സ്വാർത്ഥതയില്ലെങ്കിൽ. സ്വാർത്ഥനാണെങ്കിൽ നെറ്റിനിറയെ ഭസ്മം പൂശിയതുകൊണ്ട് ഒരു പ്രയോജനവുമില്ല ദൊഡ്ഡമന. വരമ്പിൽ വത്സൻ വരമ്പിൽ നില്ക്കരുത്. വരമ്പ് അതിരാണ്."

അതിഥികൾ മുറ്റത്തിറങ്ങി.

"മാഷേ..." അച്ഛൻ വിളിച്ചു.

രണ്ടുപേരും തിരിഞ്ഞുനോക്കി. നിങ്ങൾ വീടുകെട്ടാൻ തെരഞ്ഞെടുത്തസ്ഥലം കൊള്ളില്ല മാഷേ. അച്ഛൻ പറഞ്ഞു. "ഇത് കച്ചവടത്തിനു പറ്റിയ മണ്ണല്ല. ഇവിടെ പ്രസംഗം ഒരു വില്പനച്ചരക്കല്ല. മാറ്റത്തിനുള്ള വഴിമരുന്നാണ് നിങ്ങളുടെ വീടിന്റെ തറയ്ക്കടിയിലെ മണ്ണ് ഒരു വിപ്ലവകാരിയുടെ ഹൃദ്രക്തത്താൽ കുതിർന്നതാണ്. ഓർക്കുന്നത് നന്ന്. നിങ്ങളെ ഇവിടെ പാർപ്പിച്ച രാഷ്ട്രീയശക്തിയോടും പറഞ്ഞേക്ക്. കളി നടക്കില്ലെന്ന്!"

അമർത്തിച്ചിരിച്ചുകൊണ്ട് ഗെയ്റ്റ് കടന്നുപോയ അതിഥികൾ റോഡിലെത്തിയപ്പോൾ ഏതോ തമാശ കേട്ടിട്ടെന്നപോലെ പൊട്ടിച്ചിരിച്ചു. അച്ഛൻ അടക്കാനാവാത്ത രോഷത്തോടെ കസേരയിലിരുന്നു.

ഗൃഹപ്രവേശനത്തിന് അച്ഛൻ പോയില്ല. പത്രവായനയും എഴുത്തും കഴിഞ്ഞ് പ്രഭാതഭക്ഷണത്തിനിരുന്നപ്പോൾ ഞാൻ പറഞ്ഞു. "ഇന്നാണ് മാഷന്മാരുടെ വീട്ടിലെ പാലുകാച്ചൽ."

ഓർമ്മയുണ്ട് എന്നു മാത്രം അച്ഛൻ പറഞ്ഞു. കരുണൻ മാഷ് ഉച്ചയോടടുത്ത് വീട്ടിൽ വന്നു. "ക്ഷണിച്ച സ്ഥിതിക്ക് നമുക്കൊന്ന് മുഖം കാണിച്ചു വരാം പപ്പൻ മാഷേ." കരുണൻ മാഷ് പറഞ്ഞു.

ഞാനില്ല എന്ന് അച്ഛൻ തറപ്പിച്ചുപറഞ്ഞു.

നീയില്ലെങ്കിൽ ഞാൻ പോകുന്നില്ലെന്ന് കരുണൻ മാഷും പറഞ്ഞു.

"എന്നാലും എന്റെ കരുണൻ മാഷെ..." അച്ഛന്റെ ശബ്ദം ഇടറുന്നുണ്ടായിരുന്നു. "നമ്മുടെ സ്കൂളില്... കൊളോണിയലിസത്തിനും ഭൂപ്രഭുത്വത്തിനും അന്ധവിശ്വാസങ്ങൾക്കും അനാചാരങ്ങൾക്കുമെതിരെ പോരാടിയ ദേശീയപ്രസ്ഥാനത്തിന്റെ നേതാക്കള് സ്ഥാപിച്ച നമ്മുടെ സ്കൂളില് ജോലിചെയ്യാൻ ഇവർക്കെങ്ങനെ ധൈര്യം വന്നു മാഷേ?"

"കണ്ടില്ലെന്നും കേട്ടില്ലെന്നും ഭാവിച്ച് ഇങ്ങനെ കഴിഞ്ഞു കൂടുകയല്ലാതെ മറ്റൊരു നിവൃത്തി ഇനി ഇല്ല മാഷേ."

"അയ്ന് പറ്റ്വോ കരുണാ നിനക്ക്..."

ഉത്തരമൊന്നും പറയാതെ കരുണൻ മാഷ് തിരിച്ചുപോയി.

എത്ര വർഷങ്ങൾ കഴിഞ്ഞു! അന്നൊന്നും അച്ഛൻ തളർന്നില്ല. പക്ഷേ, ഈയിടെയായിട്ട്...

സ്കൂളിൽ കൃത്യമായി ഹാജരാവുന്നില്ലെന്ന നാട്ടുകാരുടെ പരാതിയിൽ അന്വേഷണം നടക്കെ ദൊഡ്ഡമനെ ദീർഘകാല അവധിയിൽ പ്രവേശിച്ചു. ആദ്ധ്യാത്മിക പ്രഭാഷണത്തിനും സപ്താഹത്തിനും പുറമെ ഗണപതി ഹോമം കൂടി ഉൾപ്പെടുത്തി അദ്ദേഹം തന്റെ പ്രവർത്തനമേഖല ഒന്നുകൂടി വിപുലപ്പെടുത്തി. പൂർണ്ണകുംഭത്തോടെയുള്ള പതിനായിരങ്ങളുടെ വരവേല്പ് പ്രാദേശിക ചാനലുകളുടെ ഇഷ്ടാഹാരമായി. വരമ്പിൽ വത്സൻ കോമഡി സ്റ്റാറിലെ തമാശകൾകൂടി ഉൾപ്പെടുത്തിക്കൊണ്ട് തന്റെ പ്രസംഗം ജനപ്രിയമാക്കിക്കൊണ്ടിരുന്നു. അച്ഛനെ സമീപിക്കുന്ന ആളുകൾ ക്രമേണ കുറഞ്ഞുവന്നു. എങ്കിലും കലണ്ടറിൽ നിറയെ അച്ഛന് പരിപാടികളുള്ളതായി രേഖപ്പെടുത്തിയിട്ടുണ്ട്. ഫോൺ വഴി ബന്ധപ്പെടുന്നതായിരിക്കുമെന്ന് എനിക്കുതോന്നി.

അച്ഛന്റെ കാര്യത്തിൽ ഒരു മെഡിക്കൽ ചെക്കപ്പ് അത്യാവശ്യമാണ്. നീട്ടിക്കൊണ്ടുപോയാൽ ശരിയാവില്ലെന്ന് എനിക്കു തോന്നി. ഡോക്ടർ അഭിലാഷായിരിക്കും നല്ലത്. അച്ഛന്റെ പ്രിയപ്പെട്ട ശിഷ്യനാണ്. ഇടയ്ക്ക് ഫോണിൽ സുഖവിവരങ്ങൾ അന്വേഷിക്കാറുണ്ട്. ഒന്നിങ്ങോട്ടുവരണമെന്നു പറഞ്ഞാൽ ഉടനെ എത്തുമെന്നകാര്യത്തിൽ ഒരു സംശയവുമില്ല. പക്ഷേ, അച്ഛൻ അതിഷ്ടപ്പെടില്ല. ഡോക്ടറുടെ മുമ്പിൽ അച്ഛനെ എത്തിക്കുക എന്നതും അത്ര എളുപ്പമുള്ള കാര്യമല്ല. ഒരു വായുഗുളിക പോലും കഴിച്ച ഓർമ്മ തനിക്കില്ലെന്ന് അച്ഛൻ പറയും. ഷുഗറോ പ്രഷറോ ഇന്നുവരെ അളന്നു തിട്ടപ്പെടുത്തിയിട്ടില്ല. എപ്പോഴെങ്കിലുമൊന്നു പനിച്ചാൽ ചുക്കും കുരുമുളകും കൃഷ്ണതുളസിയും മറ്റും ചേർത്തുണ്ടാക്കുന്ന കഷായം രണ്ടു ദിവസം മൂന്നു നേരം അകത്താക്കും മതി. അത്രമതി. പനി പമ്പ കടക്കും.

കരുണൻ മാഷുമായി ഇക്കാര്യം സംസാരിക്കുന്നതായിരിക്കും ബുദ്ധിയെന്ന് എനിക്കു തോന്നി. അരുണോദയ ആർട്സ്ക്ലബ്ബിന്റെ സെക്രട്ടറിയായി പ്രവർത്തിക്കുകയാണിപ്പോൾ കരുണൻമാഷ്. കൂടെ ലൈബ്രറിയും ആരംഭിച്ചിട്ടുണ്ട്. ലൈബ്രറിക്കും ക്ലബ്ബിനും വേണ്ടി നിർമ്മിച്ച കെട്ടിടത്തിന്റെ ഉദ്ഘാടനത്തിന്റെ തിരക്കിലാണ് മാഷ്. കെട്ടിടഫണ്ടിലേക്ക് നല്ലൊരുതുക അച്ഛൻ സംഭാവന ചെയ്തിരുന്നു. കെട്ടിട നിർമ്മാണത്തിനു വേണ്ടി തുടങ്ങിയ ചിട്ടിയിൽ എന്റെ പേരു കൂടി അച്ഛൻ ചേർത്തു. ഇന്ന് ശനിയാഴ്ചയാണ്. ചിട്ടിപ്പണം വാങ്ങാൻ മാഷ് അഞ്ചുമണിക്കെത്തും. അച്ഛൻ അതിനുമുമ്പേ സഞ്ചിയും തൂക്കി പോയിരിക്കും. കലണ്ടറിൽ പരിപാടിയുണ്ട്. കരുണൻ മാഷുമായി വിശദമായി സംസാരിക്കാം.

അച്ഛൻ മുറ്റത്തിറങ്ങിയപ്പോൾ ഞാൻ ചോദിച്ചു.

“അച്ഛാ, എവിടെയാണിന്നത്തെ പ്രസംഗം?” പതിവില്ലാത്ത ചോദ്യം കേട്ട് അച്ഛൻ എന്നെത്തന്നെ നോക്കി. ശാന്തവും നിഗൂഢവുമായ ഒരു ചിരിയുടെ പുറന്തൊലി അച്ഛന്റെ മുഖത്ത് പറ്റിപ്പിടിച്ചു നില്ക്കുന്നത് ഞാൻ

ശ്രദ്ധിച്ചു.

"ജ്വാല തിയേറ്റേഴ്സിന്റെ വാർഷികാഘോഷം ഉദ്ഘാടനം. ഞാൻ ഇരുപത്തിനാല് വർഷം മുമ്പ് കൊളുത്തിയ തിരിനാളമാണ് ജ്വാലയായി മാറിയത്. ഇരുപത്തഞ്ചാം വാർഷികാഘോഷം എന്നെക്കൊണ്ടുതന്നെ ഉദ്ഘാടനം ചെയ്യിക്കണമെന്ന് അവർക്ക് നിർബ്ബന്ധം. കലണ്ടറിൽ ഞാൻ കുറിച്ചിട്ടത് മോള് കണ്ടില്ലേ? ബേക്കൽ ജ്വാലയുടെ ജൂബിലി ആഘോഷമെന്ന്."

"കണ്ടിരുന്നു അച്ഛാ ഞാനത് മറന്നുപോയി."

"നീ എന്നെ കാത്തു നില്ക്കേണ്ട. വൈകും. ഊണു കഴിച്ച് കിടന്നോളൂ. എനിക്കവിടെ സംഘാടകര് ഭക്ഷണമൊരുക്കീട്ടുണ്ടാവും."

ഇത്രയും ദീർഘമായൊരു സംഭാഷണം അച്ഛനിൽ നിന്നുണ്ടാകുന്നത് വളരെ അപൂർവ്വമാണ്. പക്ഷേ, ആ വാക്കുകൾക്ക് ജീവനുണ്ടായിരുന്നില്ല. ജ്വാലയുടെ നേർക്കല്ല, എരിഞ്ഞു തീർന്ന പന്തങ്ങളിൽനിന്നുള്ള പുകനാളങ്ങളുടെ നേർക്കാണ് അച്ഛൻ നടന്നുപോകുന്നതെന്ന് എനിക്ക് തോന്നി.

അഞ്ചുമണിക്കുതന്നെ കരുണൻ മാഷെത്തി. സമയനിഷ്ഠ പാലിക്കുന്നതിൽ അദ്ധ്യാപകരും പട്ടാളക്കാരും മറ്റുള്ളവർക്ക് മാതൃകയാണ്. അതുകൊണ്ടായിരിക്കാം അവർക്ക് രാഷ്ട്രീയത്തിൽ വേണ്ടത്ര ശോഭിക്കാൻ കഴിയാത്തത്!

"ഇരിക്കു മാഷേ."

ഞാൻ കസേര നീക്കിയിട്ടു.

"ഇല്ല." കരുണൻ മാഷ് പറഞ്ഞു. "അഞ്ചരയ്ക്ക് ക്ലബ്ബിലെത്തണം."

"എനിക്ക് മാഷിനോട് കുറച്ച് സംസാരിക്കാനുണ്ട്. അച്ഛന്റെ കാര്യമാണ്."

ഞാൻ പറഞ്ഞതിന്റെ ഗൗരവം മാഷുൾക്കൊണ്ടു. വേഗം അകത്തു കയറിയിരുന്നു.

"എങ്ങോട്ടാ മാഷ് പോയത്?"

"ബേക്കലിലേക്ക്." ഞാൻ പറഞ്ഞു. "ജ്വാല തിയേറ്റേഴ്സിന്റെ ജൂബിലി ആഘോഷത്തിന്റെ ഉദ്ഘാടനമാണത്രെ."

ഒരുനിമിഷം എന്തോ ഓർത്തുകൊണ്ടുനിന്നശേഷം കരുണൻ മാഷ് പറഞ്ഞു.

"ജ്വാലയുടെ ആഘോഷം നമ്മുടെ ഉണ്ടപക്രുവാണല്ലോ ഉദ്ഘാടനം ചെയ്യുന്നത്. ദൊഡ്ഡമനെ ശങ്കരൻ എമ്പ്രാന്തിരിയാണ് മുഖ്യാതിഥി. പ്രോഗ്രാം നോട്ടീസ് ഞാൻ കണ്ടതാണ്. അതില് മാഷുടെ പേരില്ല."

ഞാൻ ആകെ ആശയക്കുഴപ്പത്തിലായി. കുറച്ചുസമയത്തേക്ക് എനിക്കൊന്നും പറയാൻ കഴിഞ്ഞില്ല.

"ഇന്നലെ വൈകുന്നേരം ക്ലബ്ബിൽ ഞാൻ മാഷെ കണ്ടതാണ്." കരുണൻ മാഷ് തുടർന്നു. "ജ്വാലയുടെ പരിപാടി കാണാനാണ് പോകുന്നതെങ്കില് അതെന്നോട് പറയാതിരിക്കില്ല. ഒരു സംശയവും വേണ്ട

മാഷിപ്പൊ നമ്മുടെ ലൈബ്രറീലുണ്ടാവും."

"അല്ല. ഇന്നലെ എത്രമണിക്ക്?"

"വൈകുന്നേരം അഞ്ചുമണിക്ക്."

"വൈകുന്നേരം നാലുമണിമുതൽ ആറുമണിവരെ അച്ഛൻ രാവണീശ്വരം ഇ എം എസ് ലൈബ്രറിയിൽ പുസ്തക ചർച്ചയിലായിരുന്നു. എട്ടുമണിയായി തിരിച്ചെത്താൻ. അതും കലണ്ടറിൽ എഴുതിയിട്ടുണ്ട്."

"അങ്ങനെ പറഞ്ഞാലെങ്ങനെ! ഞാനല്ലെ അച്ഛനെ ദാ അവിടം വരെ കൊണ്ടുവിട്ടത്." കരുണൻ മാഷ് പറഞ്ഞു.

"ഒന്നുകൂടി ഓർത്തുനോക്ക് കരുണൻ മാഷെ."

"ശരിയാണ് മോളെ നാലു മണി മുതൽ ഏഴര വരെ ഞങ്ങൾ ഒന്നിച്ചുണ്ടായിരുന്നു. മാത്രമല്ല പുസ്തക ചർച്ചയുടെ നോട്ടീസ് നമ്മുടെ ലൈബ്രറിയുടെ നോട്ടീസ് ബോർഡിൽ ഒട്ടിച്ചിട്ടുണ്ട്. വരമ്പിൽ വത്സനാണ് പരിപാടി ഉദ്ഘാടനം ചെയ്യുന്നത്. അതിൽ പപ്പൻ മാഷുടെ പേരില്ല. ഉറപ്പ്. *മനുഷ്യന് ഒരാമുഖം* എന്ന പുസ്തകത്തെക്കുറിച്ചായിരുന്നു ചർച്ച. ആമുഖത്തിന്റെ ഒരാവശ്യവും മനുഷ്യനില്ലെന്ന് വരമ്പിൽ വത്സൻ പറഞ്ഞതായി ഇന്നത്തെ പത്രത്തിലുണ്ട്. ഒരെത്തും പിടിയും കിട്ടുന്നില്ലല്ലോ!"

കുറച്ചു നേരത്തെ പുകയുന്ന മൗനത്തിനുശേഷം മാഷ് എന്റെ മുഖത്തേക്കു നോക്കി.

"മാഷെ, ഈയിടെയായിട്ട് അച്ഛനെന്തോ കുഴപ്പമുണ്ടെന്ന് എനിക്കു തോന്നുന്നു. ഒന്നിലും ഒരു താല്പര്യവുമില്ല. വാക്കുകൾക്ക് ജീവനില്ലാത്തതുപോലെ. ഓരോ നോട്ടവും ചോര വാർന്നുപോയതുപോലെ. ഇന്നലെ രാവിലെ പല്ലുതേക്കാൻ പെയ്സ്റ്റിനു പകരം അച്ഛൻ എടുത്തത് പോണ്ട്സ് പൗഡറായിരുന്നു. ബ്രഷിൽ പൗഡർ കുടഞ്ഞിടുന്നതുകണ്ട് ഞാൻ അടുത്തു ചെന്നു. അച്ഛൻ എന്താണീ ചെയ്യുന്നതെന്ന ചോദിച്ചപ്പോഴാണ് അബദ്ധം മനസ്സിലായത്. നമുക്ക് അച്ഛനെ ഏതെങ്കിലും ഒരു നല്ല ഡോക്ടറെ കാണിച്ചാലോ?"

കുറച്ചു നേരം കരുണൻ മാഷ് മിണ്ടാതിരുന്നു. പിന്നെ ഒരു നെടുവീർപ്പോടു കൂടി പറഞ്ഞു.

"മോളെ, രോഗം അച്ഛനല്ല. ഈ സമൂഹത്തിനാണ്. വി ടിയുടെ കാലത്തേക്കാൾ ദുഷ്കരമാണ് ഇന്നത്തെ സമൂഹത്തിന്റെ രോഗത്തിന് ചികിത്സിക്കുക എന്നുള്ളത്. ഉദാഹരണത്തിന് നമ്മുടെ കെട്ടിടത്തിന്റെ ഉദ്ഘാടനം തന്നെ നോക്ക്. പപ്പൻ മാഷെ കൊണ്ട് ഉദ്ഘാടനം ചെയ്യിക്കാൻ ഞാൻ കുറേ നോക്കി. നടന്നില്ല. കമ്മിറ്റിയിൽ ഭൂരിപക്ഷം പേർക്കും ഒരേ നിർബ്ബന്ധം. ഒരു നല്ല കൊമേഡിയൻ വേണമെന്ന്. അങ്ങനെയാണ് ഇന്ദ്രൻസിന്റെ തീയതിക്കു കാത്തിരിക്കാനിടയായത്. നല്ല തുക വേണ്ടിവരും. നാടിന്റെ പ്രതിനിധി എന്ന നിലയിൽ വരമ്പിൽ വത്സനാണ് സംസാരിക്കുന്നത്. അദ്ദേഹത്തിന്റെ ദ്വയാർത്ഥ പ്രയോഗത്തിലുള്ള പ്രാവീണ്യം ഏവരേയും സന്തോഷിപ്പിക്കുന്നുണ്ട്. അച്ഛന് അസുഖം വന്നില്ലെങ്കിലേ അത്ഭുതപ്പെടേണ്ടതുള്ളൂ. ഡോക്ടറെ കാണിച്ചതുകൊണ്ടുമാത്രം ഈ

അസുഖം ഭേദമാവുമെന്ന് എനിക്ക് തോന്നുന്നില്ല. എന്തെങ്കിലും ചെയ്യാൻ പറ്റോന്ന് നമുക്ക് നോക്കാം."

പത്തു മണിയോടടുത്തു അച്ഛൻ തിരിച്ചെത്താൻ. ഞാൻ ഉറങ്ങാതെ ഇറയത്തുതന്നെ ഇരിക്കുന്നതുകണ്ട് അച്ഛൻ വിഷമിച്ചു കാണണം. തോൾസഞ്ചി മേശപ്പുറത്തുവച്ച് എന്റെ തൊട്ടടുത്ത് അച്ഛൻ ഇരുന്നു. അച്ഛന്റെ വിയർത്ത കൈ എന്റെ ചുമലിൽ പതിഞ്ഞു.

"എന്താ മോളെ ഇത്! ഞാൻ പറഞ്ഞതല്ലെ നിന്നോട് ഉറങ്ങിക്കൊള്ളാൻ."

"അച്ഛൻ കുളിച്ചിട്ടു വാ. ചപ്പാത്തി ഒണ്ടാക്കീട്ടുണ്ട്. നല്ല മീൻ കറീം ഉണ്ട്." ഞാൻ പറഞ്ഞു.

"മോളെ..! എന്തായിത്! ഞാൻ വയറു നിറയെ കഴിച്ചിട്ടാണ് വരുന്നത്. കനലിൽ ചുട്ടെടുത്ത ഒന്നാന്തരം ചപ്പാത്തീം വെജിറ്റബിൾ കുറുമയും അവർ എനിക്കുവേണ്ടി പ്രത്യേകം ഉണ്ടാക്കിയിരുന്നു."

അച്ഛൻ ഇത്രയും പറഞ്ഞപ്പോഴേക്കും എനിക്കെന്റെ നിയന്ത്രണം നഷ്ടപ്പെട്ടു. കൊച്ചുകുട്ടിയെപ്പോലെ ഞാൻ വിതുമ്പിക്കരഞ്ഞുകൊണ്ട് അച്ഛന്റെ ചുമലിലേക്കു ചാഞ്ഞു.

അച്ഛൻ പരിഭ്രമിച്ചു കാണണം. ഏതോ തിരിച്ചറിവിന്റെ തെളിച്ചം അച്ഛന്റെ മനസ്സിൽ പരന്നിട്ടുണ്ടാവണം. മറുഭാഗത്തേക്ക് തിരിഞ്ഞിരുന്നുകൊണ്ടുള്ള അച്ഛന്റെ വിതുമ്പൽ ഞാൻ കേട്ടു. വിതുമ്പലിനിടയിൽ അച്ഛൻ പറഞ്ഞു.

"മോള് ഒന്നുകൊണ്ടും പേടിക്കണ്ട. നിനക്ക് ജീവിക്കാനുള്ളത് അച്ഛൻ കരുതിവച്ചിട്ടുണ്ട്. എന്റെ കണ്ണടഞ്ഞാലും..."

തുടർന്നു പറയാൻ ഞാൻ അച്ഛനെ അനുവദിച്ചില്ല. അച്ഛന്റെ കണ്ണീർ തുടച്ചുകൊണ്ട് ഞാൻ പറഞ്ഞു.

"ആർക്കു വേണ്ടാതായാലും എനിക്കെന്റെ അച്ഛനെ വേണം. അച്ഛൻ എന്റെ സുകൃതമാണ്. എന്റെ ഭാഗ്യമാണ്. ഇനി ഞാൻ അച്ഛനെ കരയാൻ അനുവദിക്കില്ല. ദുഃഖം അച്ഛനും സന്തോഷം എനിക്കുള്ളതുമല്ല. രണ്ടും രണ്ടുപേർക്കുമുള്ളതാണ്."

ഏറെ നേരം പെയ്തു തീർന്നശേഷം അച്ഛന്റെ ഭാരം ഒന്നു കുറഞ്ഞെന്നുതോന്നിയപ്പോൾ ഞാൻ ചുമരിൽ തൂക്കിയിട്ട കലണ്ടർ കൈയിലെടുത്തു.

"ഇനി ഈ കലണ്ടർ നമുക്കുവേണ്ട അച്ഛാ. പുതിയൊരു കലണ്ടർ ഞാൻ തൂക്കിയിടും. എവിടെയൊക്കെ അച്ഛൻ പ്രസംഗിക്കണമെന്ന് ഞാൻ കുറിച്ചിടും. നമ്മളൊന്നിച്ചു പോകും പ്രസംഗിക്കാൻ. കൂടെ കരുണൻ മാഷുമുണ്ടാവും. സുധിയേട്ടന്റെ ഓർമ്മകളും. പതുക്കെപ്പതുക്കെ ഈ നാടു മുഴുവൻ നമ്മോടൊപ്പം ചേരും. അച്ഛൻ കുളിച്ചുവാ. നമുക്കിന്ന് ഒന്നിച്ചിരുന്ന് ചപ്പാത്തി കഴിക്കാം. പുതിയൊരു ദിവസം തുടങ്ങുകയാണ്."

അച്ഛൻ കുളിമുറിയിൽ കടന്ന് വാതിലടച്ചു. മേശവലിപ്പിലുണ്ടായിരുന്ന പുതിയൊരു കലണ്ടറെടുത്ത് ഞാൻ ചുമരിലെ ആണിയിൽ തൂക്കിയിട്ടു.

ആദി ഭൈരവ റെസിഡൻസി

ഒരിടത്തരം പട്ടണത്തിൽനിന്ന് ചന്ദ്രപുരം എന്ന കുഗ്രാമത്തിലേക്കു പുറപ്പെടുന്ന ആ ബസിൽ അന്ന് പതിവില്ലാത്തവിധം നല്ല തിരക്കുണ്ടായിരുന്നു. ഉച്ചവെയിലിന്റെ തീക്ഷ്ണത അല്പമൊന്നു കുറഞ്ഞുതുടങ്ങിയ സമയമായിരുന്നു അത്.

കർണ്ണാടകത്തിലെ പിന്നോക്ക ഗ്രാമങ്ങളെ അനുസ്മരിപ്പിക്കുന്ന ഭൂഭാഗദൃശ്യങ്ങൾ പലതും പിന്നിട്ട് ചന്ദ്രപുരത്ത് ഓട്ടം അവസാനിപ്പിക്കുന്ന ബസിൽ പാതി വഴി പിന്നിടുന്നതോടെ ആളുകൾ നന്നേ കുറയാറാണ് പതിവ്. ചന്ദ്രപുരത്തെത്തുമ്പോഴേക്കും യാത്രികർ നാമമാത്രമായിരിക്കും. കരിമണിമാലയും മൂക്കുത്തിയും ചെണ്ടുമല്ലികപ്പൂമാലയുമണിഞ്ഞ രണ്ടോ മൂന്നോ സ്ത്രീകൾ. കാതിൽ നക്ഷത്രക്കമ്മലും നെറ്റിയിൽ ചാന്തുപൊട്ടുമുള്ള ഏതാനും പുരുഷന്മാർ. തീർന്നു. ചിലപ്പോൾ അതും ഉണ്ടാവില്ല. എന്നാലിന്ന് ചന്ദ്രപുരത്തിന് തൊട്ടടുത്തുള്ള കോട്ടപ്പാറ സ്റ്റോപ്പിൽ ബസിറങ്ങിയത് ഏതാണ്ട് അറുപതോളം ആളുകൾ. പല ദേശങ്ങളിൽ നിന്നുള്ളവർ. പല വേഷത്തിലുള്ളവർ. പല ഭാഷ സംസാരിക്കുന്നവർ. ചന്ദ്രപുരം സ്റ്റോപ്പിൽ ബസിറങ്ങാൻ പിന്നെ ആരും ഉണ്ടായിരുന്നില്ല.

അവസാനമായി ബസിറങ്ങിയത് സിദ്ധാർത്ഥനായിരുന്നു. അണിയറയിൽനിന്നിറങ്ങുന്ന തെയ്യക്കോലത്തെയെന്നപോലെ ആൾക്കൂട്ടം സിദ്ധാർത്ഥനെ ഭയഭക്തി ബഹുമാനത്തോടെ നോക്കി. ഒരു പ്രാദേശിക ചാനലിന്റെ ക്യാമറാമാനും ലേഖകനും എഡിറ്ററുമൊക്കെയാണ് സിദ്ധാർത്ഥൻ. യാത്രയിലുടനീളം സഹയാത്രികരിൽ പലരും അതിശയപ്പൂക്കൾ വിടർന്നുനില്ക്കുന്ന വലിയ കണ്ണുകൾ സിദ്ധാർത്ഥനുനേരെ തിരിച്ചു വച്ചിരിക്കുകയായിരുന്നു. തോളറ്റം വരെ കിടക്കുന്ന ചെമ്പൻ തലമുടിയും ഒരുകാതിനെ മാത്രം അലങ്കരിച്ചിരിക്കുന്ന കട്ടിക്കടുക്കനും ത്രിശൂലാകൃതിയിൽ വെട്ടിയെടുത്ത താടിയും സീബ്ര വരയുള്ള അയഞ്ഞ

കോട്ടൺ ബനിയനും പരുക്കൻ ജീൻസുമായി ഒരു വിചിത്ര മനുഷ്യനെ അവർ ആദ്യമായി കാണുകയായിരുന്നു. ടർക്കിടവലിൽ പൊതിഞ്ഞ് മടിയിൽ വച്ചിരുന്ന വീഡിയോ ക്യാമറയിൽ ചിലർ കുനിഞ്ഞു നോക്കുന്നുണ്ടായിരുന്നു.

ചക്ലിയ കോളനിഗെ....

കമ്പിയിൽ തൂങ്ങി നില്ക്കുന്ന ഒരാൾ സിദ്ധാർത്ഥനുനേരെ കണ്ണു ചലിപ്പിച്ചുകൊണ്ട് തന്റെ പൊതുവിജ്ഞാനം തൊട്ടരികിൽ തൂങ്ങിനില്ക്കുന്ന കാരണവരെ ബോദ്ധ്യപ്പെടുത്താനുള്ള ശ്രമത്തിലായിരുന്നു. കാരണവർ "ഹൗതു ഹൗതു.." എന്ന് തലകുലുക്കുകയും 'ഹൊ! ഹൊ!' എന്ന വ്യാക്ഷേപക ശബ്ദങ്ങൾ യഥേഷ്ടം പ്രയോഗിക്കുകയുമുണ്ടായി. ഈ സമയമത്രയും ഒരു ബുദ്ധിജീവി നാട്യത്തിൽ സിദ്ധാർത്ഥൻ പുറം ദൃശ്യങ്ങളിൽ മേഞ്ഞുകൊണ്ടിരുന്നു.

അങ്ങിങ്ങ് തകർന്നുപോയ, നൂറ്റാണ്ടുകൾ പഴക്കമുള്ള, കോട്ടയുടെ നേർക്ക് സിദ്ധാർത്ഥന്റെ ക്യാമറക്കണ്ണുകൾ വിടർന്നു. ആദ്യമായി കാണുന്നതുപോലെ ഓരോ മനുഷ്യനും കോട്ടയുടെ ആകാശമഹിമയിൽ കണ്ണു നട്ടു. വൈകുന്നേരത്തെ മഞ്ഞവെയിൽ മനോഹരമായ ക്യാൻവാസിലെന്നപോലെ കോട്ടയിലും പരിസരത്തും സമൃദ്ധമായി പെയ്യുകയാണ്. പാറപ്പുറത്തെ പുൽനാമ്പുകൾ പോലും ആ നിറച്ചാർത്തിൽ അതീവ സുന്ദരങ്ങളായി.

കോട്ടയുടെ നിഴൽ പ്രദേശത്ത് 'പ്രാന്തൻ കുമൽ' പോലെ തൊട്ടുരുമ്മി നില്ക്കുന്ന അഞ്ച് ചാളകളടങ്ങുന്നതാണ് ചക്ലിയ കോളനി. മൈസൂർ രാജാക്കന്മാരുടെ ചെരുപ്പുകുത്തികളുടെ പിൻഗാമികളാണിവർ. രാജകുടുംബാംഗങ്ങളുടെ പാദങ്ങൾക്കിണങ്ങിയ ചെരുപ്പുണ്ടാക്കിയും കൊട്ടാരത്തിലേക്കാവശ്യമായ ചുണ്ണാമ്പും കുമ്മായവുമുണ്ടാക്കിയും ഉപജീവനം കഴിച്ച ഇവരുടെ പിതാമഹൻമാർ പടയോട്ടകാലത്ത് കൂടെയൊലിച്ചുപോകാതെ കോട്ടമതിലിൽ തടഞ്ഞു നിന്നുപോയതായിരിക്കാമെന്ന് വിശ്വസിക്കപ്പെടുന്നു. ഗ്രാമത്തിൽ കന്നുകാലികൾ ചത്താൽ ചക്ലിയ കോളനിയിൽ ഉടൻ വിവരമെത്തിച്ചിരുന്ന കാലം വയസ്സന്മാരുടെ ഓർമ്മയിലുണ്ട്. തണ്ടും തടിയുമായി കോളനിയിലുള്ളവർ അവിടേക്ക് ഉടൻ പാഞ്ഞെത്തും. ചത്ത നാല്ക്കാലിയെ തണ്ടിൽ കെട്ടി തൂക്കിയെടുത്ത് കൂട്ടപ്പാട്ടോടെ ഇടവഴികൾ താണ്ടി കോളനിയിലെത്തിക്കും. കാട്ടുമരക്കൊമ്പിൽ തൂക്കിയിട്ട് തൊലി പൊളിക്കും. ഇറച്ചി വാർന്നെടുത്ത് ചാളകളിലുള്ളവർ ഭാഗിച്ചെടുക്കും. അസ്ഥികൂടവും അവശിഷ്ടങ്ങളും കോട്ടയിലോ കുറ്റിക്കാട്ടിലോ ഉപേക്ഷിക്കും. കഴുകന്മാർ കോളനിക്കു മുകളിൽ വട്ടമിട്ടുപറക്കും. എല്ലാം കണ്ണിൽ തെളിയാൻ മടിക്കുന്ന പുകപിടിച്ച ചിത്രങ്ങൾ. സ്കൂൾ വിദ്യാഭ്യാസം ലഭിച്ച പലരും പുതിയ തൊഴിൽ മേഖലകൾ തേടിപ്പോയി അവരുടെ ചാളകൾ മണ്ണിലമർന്നു. കുമ്മായഫാക്ടറി പലയിടത്തും വന്നതിനാൽ ചക്ലിയ കോളനിയിലെ കുമ്മായത്തിന് ആവശ്യക്കാരില്ലാതായി. ചുമരെഴുത്തുകൾ മായ്ച്ചുകളയാനുള്ള അപാരമായ കഴിവ് ഫാക്ടറിയിലെ കുമ്മായത്തിന്റെ പ്രത്യേകതയായിരുന്നു. കൂടുതൽ കൂടുതൽ ഉപയോഗിക്കുന്തോറും ചുമരെഴുത്തുകൾ കൂടുതൽ കൂടു

തൽ തെളിഞ്ഞുവരും എന്നത് ചക്ലിയ കോളനിയിലെ കുമ്മായത്തിന്റെ പോരായ്മയായിരുന്നു. ചെരുപ്പു നിർമ്മാണ കമ്പനികളിൽനിന്ന് പുതിയ മോഡലുകളിലുള്ള ചെരുപ്പുകൾ ആകർഷകമായ പാക്കറ്റുകളിൽ സിനി മാതാരങ്ങളുടെ ശുപാർശയോടെ വലിയ വലിയ കെട്ടിടങ്ങളിലെ ശീതീ കരിച്ച മുറികളിൽ ലഭ്യമായിത്തുടങ്ങി. പാദങ്ങൾ ചൂടുള്ള രോമത്തുണി കൊണ്ടു തുടച്ചു വൃത്തിയാക്കാനും യോജിച്ച അളവുകളിലുള്ള ചെരി പ്പുകൾ പാദങ്ങളിൽ തിരുകിക്കയറ്റാനും ഉന്നതവിദ്യാഭ്യാസമുള്ള സുന്ദ രികളായ പെൺകുട്ടികളുണ്ട്. ഉപഭോക്താവ് വെറുതെ കസേരയിൽ ഇരുന്നു കൊടുത്താൽ മതി. പാദങ്ങളുടെ മോഹങ്ങൾ സാധിക്കാൻ കട കളിലെ ചെരിപ്പിനു കഴിഞ്ഞു. പാദങ്ങളുടെ മോഹഭംഗങ്ങളാണ് ചക്ലിയ കോളനിയിലെ ചെരിപ്പുകൾ ഉണർത്തിയത്. മോഹഭംഗങ്ങൾ പണം കൊടുത്തു വാങ്ങാൻ ആരും തയ്യാറായില്ല. അതോടെ കോളനിയിലെ തോൽചെരിപ്പുണ്ടാക്കൽ നിന്നു. പണിയായുധങ്ങൾ കഴുക്കോലിൽ തൂക്കി യിട്ട ചണസഞ്ചിയിൽ പുകപിടിച്ചു. ഭാവി ഇരുണ്ടതാണെന്നു മനസ്സിലാ ക്കിയ പലരും കുലദൈവമായ ആദിഭൈരവനും അമ്മനവറുകൾക്കും മുമ്പിൽ മുട്ടുകുത്തി പ്രാർത്ഥിച്ച് അനുഗ്രഹം വാങ്ങി പട്ടണത്തിലേക്കു പലായനം ചെയ്തു. അവരാരും പിന്നെ തിരിച്ചുവന്നില്ല. 'ഘർവാപസി' മഹോത്സവത്തിൽ പോലും പ്രത്യക്ഷപ്പെട്ടില്ല. അൻപതിലധികം ചാളക ളുണ്ടായിരുന്നിടത്ത് ഇന്ന് അഞ്ചു ചാളകൾ മാത്രം. അവിടത്തെ പെണ്ണു ങ്ങളെല്ലാം അതിരാവിലെ പട്ടണത്തിൽ നടന്നെത്തി ലോഡ്ജിലും ഹോട്ട ലുകളിലും ശുചീകരണ ജോലി ചെയ്ത് തുച്ഛമായ കൂലിയും വാങ്ങി സന്ധ്യയോടെ കോളനിയിൽ തിരിച്ചെത്തുന്നവരാണ്. അവരുടെ മടിക്കു ത്തിലെ നോട്ടുകൾ ബലമായി പിടിച്ചെടുത്ത് ആണുങ്ങൾ കള്ളുകുടിച്ചും ചീട്ടുകളിച്ചും ജീവിതം പാഴാക്കി. ഭവന നിർമ്മാണ പദ്ധതികൾ പലതും വന്നു. സർവ്വേകളിലെ കോളങ്ങളിൽ അവർ അക്ഷരങ്ങളും അക്കങ്ങളു മായി കുടിയിരുത്തപ്പെട്ടു. ജാതിരഹിത സമൂഹത്തെക്കുറിച്ച് അഭിമാനം കൊള്ളുന്ന പ്രസംഗങ്ങൾ പലതും കേട്ടു. ഇതിന്റെയൊക്കെ പൊരുൾ മനസ്സിലാക്കിയവർ ഊറിയൂറിച്ചിരിച്ചു. അതിനു കഴിയാത്തവർ ആദിഭൈ രവനും അമ്മനവറുകൾക്കും മുമ്പിൽ എല്ലാം ദുരിതങ്ങളുടെയും ഭാരം ഇറക്കിവച്ചു.

കോട്ടപ്പാറയിലെ തകർന്നു തുടങ്ങിയ ചരിത്രപ്രസിദ്ധമായ കോട്ട പുരാവസ്തു വകുപ്പിന്റെ ശ്രദ്ധയിൽ ഇതുവരെ പെട്ടിട്ടില്ല. ഭൂമാഫിയ കോട്ട യിൽ പിടിമുറുക്കിയ വാർത്ത പത്രങ്ങളിൽ പ്രത്യക്ഷപ്പെട്ടു തുടങ്ങിയത് അടുത്ത കാലത്താണ്. ചില നിർമ്മാണപ്രവർത്തനങ്ങൾക്ക് അതിനകത്ത് തുടക്കംകുറിക്കുകയും ചെയ്തിട്ടുണ്ട്. ഭൂമാഫിയകൾക്കും കൊള്ളക്കാർക്കും കൈക്കൂലിക്കാർക്കും അനുകൂലമായ നിയമോപദേശം എ ജിയുടെ ഭാഗത്തു നിന്നുതന്നെ ഉണ്ടാവുന്നത് പതിവായിരിക്കുമ്പോൾ ഇതും ഇതി നപ്പുറവും നടക്കുമെന്ന് സാധാരണ ജനം വിലയിരുത്തി.

ഇപ്പോഴത്തെ പ്രശ്നം അതൊന്നുമല്ല. കോട്ടയിൽ നടക്കുന്ന കൈയേറ്റം കാണാനല്ല ഈ വൈകുന്നേരം ഒരു ബസു നിറയെ ആളു കൾ പലയിടങ്ങളിൽ നിന്നായി കോട്ടപ്പാറയിൽ വന്നിറങ്ങിയത്. കോട്ട

കൈയേറ്റം വീഡിയോ ക്യാമറയിൽ പകർത്തി പ്രാദേശിക ചാനലിന്റെ വിശപ്പു തീർക്കാനായിരുന്നില്ല സിദ്ധാർത്ഥൻ കോട്ടപ്പാറയിലെത്തിയത്. അതൊരു ഞെട്ടിപ്പിക്കുന്ന കിടിലൻ സംഭവമായിരുന്നു!

ചക്ലിയ കോളനിയിൽ പുലിയിറങ്ങിയിരിക്കുന്നു!

മാലിംഗന്റെ ഭാര്യ ചപ്പിലയാണ് ആദ്യം കണ്ടത്. അർദ്ധരാത്രി സമയം. നല്ല നിലാവെളിച്ചം. പൂത്തുലഞ്ഞു നില്ക്കുകയായിരുന്നു ആകാശം. മുറ്റത്തെ തൈമാവിന്റെ ഇലകൾ ഇളം കാറ്റിൽ ഇളകിക്കളിക്കുന്നു. കാനത്തിൻ മൂലയിൽനിന്ന് കുറുക്കന്മാർ ഓരിയിടുന്നു. ഞെട്ടിയുണർന്ന രാക്കിളികളുടെ ചിലയ്ക്കൽ. മാലിംഗന്റെ വിസർജ്യങ്ങൾ കോട്ടയുടെ കിടങ്ങിൽ കളയാനിറങ്ങിയതായിരുന്നു ചപ്പില. അഞ്ചുവർഷത്തോളമായി മാലിയൻ കിടന്ന കിടപ്പിൽ. പക്ഷാഘാതമായിരുന്നു. എഴുന്നേല്ക്കേണ്ട സമയം കഴിഞ്ഞിട്ടും കിടക്കുന്നതു കണ്ട് ഉണർത്താൻ നോക്കിയതായിരുന്നു ചപ്പില. വിളി കേൾക്കുന്നില്ല. തൊണ്ടയിൽനിന്ന് ഒരു കുറുകൽ മാത്രം. കണ്ണുകളിൽനിന്ന് ചുടുകണ്ണീർ. വാടിത്തളർന്ന ചീരത്തണ്ടുപോലെ വലതു കൈ.

ന്റെ മാരിയമ്മേ...!

ചപ്പിലയുടെ നിലവിളികേട്ട് ഓടിയെത്തി അയൽക്കാർ.

"ചെലപ്പൊ ഒന്നോ രണ്ടോ ദെവസത്തിനുള്ളില് തീരും. ഇല്ലെങ്കില് കൊല്ലങ്ങളോളം ങ്ങനെ വിട്ടം നോക്കിക്കെടക്കും. കെടന്നാല് കെടന്നട്ത്തന്നെ തറും ബീത്തും. ചപ്പീലെരെ ജോഗം പോലിരിക്കും."

മൂപ്പൻ ആരോടെന്നില്ലാതെ പറഞ്ഞു.

പട്ടണത്തിൽ ബസ് സ്റ്റാന്റിന്റെ ഓരത്ത് ചെരിപ്പ് തുന്നലായിരുന്നു മാലിംഗന്റെ ജോലി. കൊത്തുടത്ത ഒരു മുണ്ടു മാത്രം വേഷം. കാലപ്പഴക്കംകൊണ്ട് അതിന് മഞ്ഞനിറം. അങ്ങിങ്ങ് കീറലുകൾ. മാലിംഗൻ ഇന്നേവരെ ചെരിപ്പിട്ടിട്ടില്ല. ആമയുടെ അടിഭാഗംപോലെ പരന്ന പാദങ്ങൾ. ഏത് ചൂടും അത് സഹിക്കും. ഏത് മുള്ളിനെയും അത് പ്രതിരോധിക്കും. ചെറിയൊരു കൂനുണ്ട്. ഒരിക്കലും ആകാശം നോക്കിയിട്ടുണ്ടാവില്ല. മണ്ണിലേക്കുതന്നെ നോട്ടം. മണ്ണിൽ നടക്കുന്ന മനുഷ്യരുടെ പാദങ്ങളിലേക്കുതന്നെ നോട്ടം. വൈകുന്നേരത്തോടെ പണി സാധനങ്ങൾ മാറാപ്പിലാക്കി തിരിച്ചുനടക്കും. കുടുംബം പോറ്റാനുള്ള വക ആ തൊഴിലിൽനിന്ന് മാലിംഗൻ ഉണ്ടാക്കിയിരുന്നു. ഭാര്യയെയും മകളെയും പുറംപണിക്കു വിടാതെ ഒരു ഭർത്താവിന്റെ കടമ ഭംഗിയായി നിറവേറ്റുന്നതിനിടയിലായിരുന്നു ഈ ദുരന്തം സംഭവിച്ചത്. ജോലി ചെയ്ത് മിച്ചം വച്ചതെല്ലാം ആശുപത്രിയിൽ ചെലവാക്കി. ഫലമൊന്നുമുണ്ടായില്ല. ചാളയിലായി കിടത്തം. വിവാഹപ്രായമെത്താറായ മകൾ പാർവ്വതി പകൽ നേരങ്ങളിൽ അച്ഛന് കാവലിരുന്നു. കുറി വിളിച്ച് അമ്മ അവൾക്കു വാങ്ങിക്കൊടുത്ത 'നാരായണി' എന്ന ആടിനെ പോറ്റുന്ന ജോലിയും അവളുടേതായി. നാരായണിക്ക് രണ്ടു കുഞ്ഞുങ്ങളുണ്ട്. ചിണ്ടനും ചന്തുവും. കുണുങ്ങിക്കുണുങ്ങി അവ നാടുനീളെ ഓടി പാർവ്വതിയുടെ ക്ഷമ പരീക്ഷിക്കും.

ചപ്പില അതിരാവിലെ പട്ടണത്തിലേക്കു പോകും. സന്ധ്യയോടെ

തിരിച്ചെത്തും. ആഹാരത്തിനും കുഴമ്പിനുമുള്ള പണം അവൾ അങ്ങനെയുണ്ടാക്കി.

രാത്രി മാലിംഗൻ ഉറങ്ങാതെ കിടന്നു. രാത്രിയുടെ നിശ്ശബ്ദതയിൽ അയാളുടെ തൊണ്ടയിൽനിന്നുള്ള കുറുകലിന്റെ ശബ്ദം കുടിലിൽ അലയടികളുണ്ടാക്കി. ചിമ്മിനിക്കൂട് കത്തിച്ച് ചപ്പില മാലിംഗന്റെ മുഖത്തിനു നേർക്കു പിടിക്കും. അയാളുടെ കണ്ണുകൾ നിറഞ്ഞൊഴുകുകയായിരിക്കും. കുറുകലിന്റെ അർത്ഥം പതുക്കെപ്പതുക്കെ ചപ്പില വായിച്ചെടുത്തു.

തിന്നാതേം കുടിക്കാതേം ഇരുന്നാല് തൂറലും ബീത്തലും ബേണ്ടല്ലോപ്പാ. എന്റെ ചപ്പിലയ്ക്കും മോക്കും എടങ്ങേറ്ണ്ടായില്. എനക്ക് ഒന്നും ബണ്ട ചപ്പിലേ. ചോറും ബേണ്ട ചായേം ബേണ്ട. നിങ്ങളെ ബുദ്ധിമുട്ടിക്കാതെ ഒന്ന്...

ഞാങ്ങക്ക് ഒര് എടങ്ങേറും ഇല്ല. ഇങ്ങനെ കണ്ടോണ്ടിര്ന്നാ മതി. ആവ്ന്ന കാലത്ത് ഞാങ്ങളെ പൊന്നുപോലെ നോക്കി. അത് മതി.

വിസർജ്യം കിടങ്ങിലിട്ട് തിരിച്ചുവരുമ്പോൾ ഭീകരമായൊരമറൽ കേട്ട് ചപ്പില കോട്ടയുടെ നേർക്ക് നോക്കി. കോട്ട കൊത്തളത്തിനു മുകളിൽ ഒരു പുലി കോളനിയിലേക്കു നോക്കി നില്ക്കുന്നു! ചപ്പിലയുടെ നാവ് വരണ്ടുപോയി! ശബ്ദം അടഞ്ഞുപോയി! ചാളയിൽ കയറിപ്പറ്റിയത് എങ്ങനെയെന്ന് നിശ്ചയമില്ല. പായിൽ ചെന്നുവീണു. കണ്ണടച്ചു കിടന്നു. ഒച്ചയുണ്ടാക്കുന്നത് അപകടമാണെന്ന് അവൾക്ക് തോന്നി. നിമിഷങ്ങൾ മന്തുകാലിൽ ഇഴഞ്ഞു നീങ്ങി.

നേരം പുലർന്ന് ആൾപ്പെരുമാറ്റം കേട്ടുതുടങ്ങിയപ്പോൾ ചപ്പില എഴുന്നേറ്റു. ആട്ടിൻ കൂട് തുറന്നു നോക്കി. നാരായണിയും കുഞ്ഞുങ്ങളും സുഖമായി ഉറങ്ങുന്നുണ്ട്. എല്ലാം ഭദ്രമാണെന്ന് ഉറപ്പുവരുത്തിയ ശേഷമാണ് അവൾ പട്ടണത്തിലേക്കു പുറപ്പെട്ടത്. കൂട്ടുകാരോട് പുലിയെ കണ്ട വിവരം പറയണോ വേണ്ടയോ എന്ന് അവൾ ഏറെനേരം ആലോചിച്ചു. പറയുന്നതാണ് നല്ലതെന്ന് തീരുമാനത്തിലെത്തിയശേഷം അവൾ അവരോട് പറഞ്ഞു

“തമ്പായി... ചോയിച്ചി നിങ്ങക്ക് കേക്കണോ ഇന്നലെ രാത്രീലത്തെ സംഭവം.”

“ങും? എന്തന്ന് ഇത്ര വല്യ സംഭവം... നിന്റെ പുരുഷൻ എഴുന്നേറ്റ് നടന്നോ?”

“അത്രക്ക് ഭാഗ്യം എനിക്ക്ണ്ടോ തമ്പായി..”

“പിന്നെ എന്താണ്പ്പാ ഇത്ര ബല്യ സംഭവം.”

“രാത്രി ഞാനെണീറ്റ് കെടങ്ങിനട്ത്തേക്ക് പോയി. ഏകദേശം ഒന്ന് രണ്ട് മണി ആയിറ്റ്ണ്ടാവും.”

“അതെന്തിന്പ്പാ രണ്ട്മണിക്ക് മിറ്റത്തീഞ്ഞത്?”

“കെടന്നട്ത്തന്നല്ലേപ്പാ തൂറലും ബീത്തലും. അതെട്ത്ത് കെടങ്ങിലിടാൻപോയി. തിരിച്ചുവരുമ്പോ എന്റെ തമ്പായി എന്തോ ഒരു കൂറ്റ്. കേട്ടോരെമോള്ന്ന് കൂർറെങ്കിലോ ദാ എന്റെ കൈനോക്ക് കുളിര് കുത്തീര്ന്നത് കണ്ടില്ലെ. നെനക്ക്മ്പോന പേട്യന്ന്.”

“അപ്പളേക്ക് എന്താണിന്റെ കൂറ്റ്?”

ചോയിച്ചിക്ക് ആകാംക്ഷ അടക്കാൻ കഴിഞ്ഞില്ല.

"പുലി!"

"ഞെ?"

"അതെ പെരുന്തട്ട വീട്ടിലെ തെയ്യത്തിന്റെ പുലിയുടെ എരട്ടി ഉയരംല്ലെ പുലി. കൊത്തളത്തിന്റെ മോളില് നിന്നിറ്റ് തായേക്ക് നോക്ക്ന്ന്. ഒരിക്കലേ നോക്കറ്റ്ലു തമ്പായി. എങ്ങനെ ഞാൻ അവത്തെത്തീന്നറീല. പായിലേക്ക് വീണു. കണ്ണടച്ച് കിടന്നു. പുലരും വരെ കണ്ണ് ചിമ്മീറ്റ്ല."

"ഇത് നീ ക്നാവ് കണ്ടത് ചപ്പിലേ.... ഇപ്പോ ഏടെ പുലീള്ളത്? ഉണ്ടെങ്കിലെന്നെ അത് കോട്ടേരെ മോളിലേക്ക് വരുന്നതെന്തിന്?"

"അത് എന്നോട് ചോയിക്ക്ന്നതെന്തിന് തമ്പായി. ഞാൻ കണ്ടത് ഞാൻ പറഞ്ഞു. നിങ്ങക്കത് ബിചാസം ബരുന്നില്ലേങ്കില് ബേണ്ട. ഞാൻ പറഞ്ഞൂല്ല. നിങ്ങള് കേട്ടൂല്ല. പോരെ?"

എന്നാൽ അന്നുരാത്രിതന്നെ ചെരുപ്പൂത്തി ദേർമൻ എസ് വി ടാക്കീസിൽനിന്ന് രണ്ടാമത്തെ ഷോ കണ്ട് തിരിച്ചുവരുമ്പോൾ ഒരു സംഭവമുണ്ടായി. കോട്ടക്കാലെത്തിയപ്പോഴുണ്ട് കരിങ്കൽ വാതിലിലൂടെ ഒരു പുലി കോട്ടയ്ക്കകത്തേക്കു പോകുന്നു. 'ദേവറേ... എന്ന് നിലവിളിച്ചു കൊണ്ടോടിയ ദേർമൻ ചാളയുടെ മുറ്റത്ത് വീണു. ഉണർന്നിരിക്കുകയായിരുന്ന ചപ്പില മെല്ലെ ചെറ്റ നീക്കി പുറത്തിറങ്ങി. നല്ല നിലാവെളിച്ചമുണ്ടായിരുന്നു. തെളിഞ്ഞുകാണാം എല്ലാം. ദേർമൻ മുറ്റത്ത് വീണു കിടക്കുന്നു. ദൈവറേ... എൻതതു ഇദു... എന്ന് അബോധത്തിലെന്നപോലെ ഉറക്കെ എന്തെല്ലാമോ വിളിച്ചു പറയുന്നു. ചപ്പില അങ്ങിട്ടെ ചാളയുടെ നേർക്കോടി. വീട്ടുകാരെ വിളിച്ചുണർത്തി. അപ്പോഴേക്കും ശബ്ദം കേട്ട് എല്ലാ ചാളകളിൽനിന്നും ആളുകൾ ഓടിയെത്തി നിലവിളികൾക്കു മുകളിൽ നായ്ക്കളുടെ കുര ഉയർന്നു. മുഖത്ത് തണുത്ത വെള്ളം കുടഞ്ഞപ്പോൾ ദേർമൻ കണ്ണുതുറന്നു. എഴുന്നേറ്റിരുന്നു. ചുറ്റുംകൂടി നിന്നവരെ നോക്കി ഒരു തണുത്ത ചിരി ചിരിച്ചു. പതുക്കെപതുക്കെ അതൊരു പൊട്ടിച്ചിരിയായി. ആളുകൾ അന്തംവിട്ടു നില്ക്കെ. ദേർമൻ 'നാൻ ആണയിട്ടാൽ' എന്നു തുടങ്ങുന്ന പഴയ തമിഴ് സിനിമാഗാനം പാടിക്കൊണ്ട് ചുവടുകൾ വച്ചു.

"നല്ല പെർമത്ത്! കൊണ്ടോയി കെടത്ത് ഓനെ.. ആളെ മെനക്കെട്ത്താൻ! പോയേൻ.... എല്ലാരും പോയി കെടക്ക്."

നിലവിളികേട്ട് ഓടി വന്നവരെല്ലാം അവരവരുടെ ചാളകളിലേക്ക് തിരിച്ചുപോയി. ദേർമനെ അവന്റെ അനിയൻ കോരിയെടുത്തു കൊണ്ടുപോയി പായിൽകിടത്തി. ഗാനം ആവർത്തിക്കുക മാത്രമല്ല പിന്നെ ദേർമൻ ചെയ്തത്. കിടന്ന പായിൽ നിന്നെഴുന്നേറ്റ് പാട്ടിനൊപ്പം നൃത്തം തുടങ്ങി. ദേർമന്റെ അനിയൻ അപ്പോഴാണ് ശ്രദ്ധിച്ചത്. ചുവടുകൾ പാളുന്നില്ല. വർഷങ്ങളായി നൃത്തം അഭ്യസിക്കുന്നവനെപ്പോലെ പാട്ടിന്റെ താളവും അതിനൊത്ത ചുവടുവയ്പും. മൂപ്പൻ പറഞ്ഞതുപോലെ ഇത് പെരുമത്തല്ല. എന്തോ കണ്ട് പേടിച്ചിട്ടുണ്ടാവും. കോട്ടയ്ക്കപ്പുറം തുളുത്തീയരുടെ ശ്മശാനമാണ്. നെച്ചിക്കാടുകൾക്കിടയിൽ കരിഞ്ഞ മരക്കട്ടകൾ ധാരാളം കാണാം. ചിലപ്പോൾ അത് പുകയുന്നുണ്ടാവും. ചിലപ്പോൾ

നെച്ചിക്കാടുകൾക്കിടയിൽ അസമയത്ത് പ്രേതസഞ്ചാരമുണ്ടാവാറുണ്ടെന്ന് പറഞ്ഞു കേട്ടിട്ടുണ്ട്. മുമ്പിൽ പെട്ടുപോയിട്ടുണ്ടാവും. ഉറപ്പാണ്. ഈ രാത്രിയിൽ ഇനി എന്തുചെയ്യാൻ! നേരം പുലരട്ടെ. നൃത്തം ചെയ്തു കൊണ്ട് പെരുവഴിയിലിറങ്ങിയാലോ എന്ന വീട്ടുകാരെല്ലാംകൂടി ദേർമന്റെ കൈകാലുകൾ വരിഞ്ഞു കെട്ടി പായിൽ കിടത്തി. ചുവടുവയ്ക്കാൻ കഴിയാതെ വന്നപ്പോൾ ഉച്ചത്തിലായി പാട്ട്. ഒരു പഴന്തുണി വായിൽ തിരുകിയപ്പോൾ പാട്ടും നിന്നു. കണ്ണുകൾ അടഞ്ഞു. ഏറെ വൈകാതെ കൂർക്കം വലി തുടങ്ങി.

പിറ്റേന്ന് ഇറയത്ത് വെയിൽ കയറിയപ്പോഴാണ് ദേർമൻ ഉണർന്നത്. അനിയൻ കൈകാലുകളിൽ കെട്ടുകൾ അഴിച്ചെടുത്തതും വായിൽ തിരുകിയ പഴന്തുണി എടുത്തതുമൊന്നും അവൻ അറിഞ്ഞിരുന്നില്ല. എഴുന്നേറ്റ് പായിലിരുന്ന് ചുറ്റും നോക്കി. കടുത്ത തലവേദന. ഒന്നും ഓർമ്മിച്ചെടുക്കാൻ കഴിയുന്നില്ല. ആരുടെയും ശബ്ദം കേൾക്കുന്നില്ല. ഭാര്യ ദെച്ചുവും അനിയൻ ലിംഗപ്പയും പണിക്കുപോയിട്ടുണ്ടാവും. അടുക്കളയിൽനിന്ന് അനക്കം കേൾക്കുന്നുണ്ട്. മോളായിരിക്കും.

"ബെള്ളം.. ബെള്ളം ബേണം മോളേ. തൊണ്ട ബരള്ന്ന്."

ദേർമൻ നിലവിളിപോലെ വലിയ വായിൽ പറഞ്ഞു.

"ഏത് വെള്ളം അച്ചാ ഇന്നലെ പള്ളനെറച്ച് കുടിച്ച വെള്ളോ. അല്ല പച്ചവെള്ളോ."

മകളുടെ ചോദ്യം കേട്ട് ദേർമ്മൻ തളർന്നുപോയി. ഇന്നലെ ചാമുണ്ഡി അമ്മയാണെ ഒരു തുള്ളി കുടിച്ചിറ്റ്ല. തലേന്നത്തെ ഓർമ്മയെ പിന്തുടർന്നുകൊണ്ട് അവൻ തന്നോടുതന്നെ പറഞ്ഞു. പക്ഷേ, എവിടെയോ ഒരു പന്തികേടുണ്ട്. ഓർമ്മകളുടെ വഴിയിലെവിടെയോ ഒരു മൂടൽമഞ്ഞ്. ഒന്നും തെളിയുന്നില്ല. കുറച്ചുനേരം അവൻ ആ മൂടൽ മഞ്ഞിനെ വകഞ്ഞുമാറ്റിക്കൊണ്ട് പായിൽ തന്നെ നിശ്ശബ്ദനായി ഇരുന്നു. അപ്പോഴാണ് ഒരു പുലിയുടെ രൂപം മഞ്ഞലകൾക്കിടയിൽ പ്രത്യക്ഷപ്പെട്ടത്. ശരിയാണ്. തെളിഞ്ഞുവരുന്നുണ്ട്. കോട്ടക്കാലെത്തിയപ്പോൾ കോട്ട വാതിലിലൂടെ ഒരു പുലി നടന്നുപോകുന്നു! പിന്നെ എന്താണ് സംഭവിച്ചതെന്ന് ഒരു നിശ്ചയവുമില്ല.

മകൾ പിച്ചകം അലുമിനിയപ്പാട്ടയിൽ വെള്ളവുമായി അച്ഛന്റെ മുമ്പിലെത്തി. അച്ഛനെ പതിവില്ലാത്ത രീതിയിൽ ചൂഴ്ന്നു നോക്കി.

"മോളേ, പിച്ചകം, ഇന്നലെ ഞാന് ഒരുതുള്ളിപോലും കയിച്ചിറ്റ്ല മോളേ... ആദി ഭൈരവനാണേ.. അമ്മനവറുവാണെ സത്യം!"

ദേർമൻ പറഞ്ഞു.

"എന്നിറ്റോ പാതിരാത്രീല് മുറ്റത്ത് വന്ന് വീണത്? ഞാൻ ആണയിട്ടാൽ... എന്നെ പാട്ടുപാടി നൃത്തം ചെയ്തത്?"

പിച്ചകം ചോദിച്ചു.

അതൊന്നും ദേർമൻ ഓർക്കുന്നുണ്ടായിരുന്നില്ല.

"മോളേ... രണ്ടാമത്തെ കളി കണ്ടിറ്റ് ഞാൻ നടന്ന് നടന്ന് കോട്ടക്കാലേക്കെത്തി. അത് നല്ല ഓർമ്മേണ്ട് മോളെ. അപ്പോണ്ട് ഒരു പുലി എന്റെ മുന്നിലൂടെ നടന്ന് നടന്ന് കോട്ടയ്ക്കുള്ളില് കേറ്ന്ന്! നടബെറ

ച്ചിറ്റ് ബീണ്വോവുംന്ന് തോന്നി. ദേവറേന്ന് ബിലിച്ചിറ്റ് ഞാൻ പാഞ്ഞ പാച്ചല്. ഹോ! മുറ്റത്ത് വന്ന് ബീണ ഒരോർമ്മണ്ട്. പിന്നെ ദാ ഇപ്പൊ ഓരോന്നോരോന്നായി തെളിഞ്ഞ് ബര്ണണ്ട്. പച്ചപ്പരമാർത്തം മോളെ ഞാൻ പറയ്ണത്. ആദി ഭൈരവനാണെ സത്തിയം.

ശരിയായിരിക്കാമെന്ന് പിച്ചകത്തിനു തോന്നി. ചപ്പിലേട്ടി ഇന്നലെ പുലിയെ കണ്ടതായി പറഞ്ഞിരുന്നല്ലോ. ഓക്ക് ഭ്രാന്ത് പിടിച്ചതാണെന്ന് എല്ലാവരും തറപ്പിച്ചു പറഞ്ഞു. ഒരുതരം ഭ്രമതയാണെന്ന് മൂപ്പൻ തിരുത്തി. ചപ്പിലേട്ടി പറഞ്ഞത് സത്യം. പുലി കോട്ടേലും ചുറ്റുമായി എന്നും രാത്രീല് ചുറ്റിനടക്ക്ന്ന്ണ്ട്. ചപ്പിലേരെ നാരാണീനെ പിടിക്കാൻ വന്നതാരിക്ക്വോ?

പാർവ്വതിയും അപ്പോൾ അതുന്നെയായിരുന്നുചിന്തിച്ചുകൊണ്ടിരുന്നത്. അമ്മ കുറി വിളിച്ചിറ്റ് മേണിച്ചുതന്ന ആട്. ഒന്നു പെറ്റു. രണ്ട് കുഞ്ഞ്യേ്യാള്. ചിണ്ടനും ചന്തൂം. ഒരേപോലുള്ള തങ്കക്കുടങ്ങള്. ഒടിഞ്ഞ വലിയ ചെവി നെറ്റീല് കറുത്ത പൊട്ട്. വാലിന്റെ പകുതിയും പുറംഭാഗവും കറുപ്പ്. ചിരിക്കുന്ന കണ്ണ്. നാരാണീനേം മക്കളേം പുലികൊണ്ട്വോയാല് ജീവിച്ചിര്ന്നിറ്റ് കാര്യല്ല. കുഞ്ഞിക്കളി മാറീറ്റ്ല ചിണ്ടനും ചന്തൂനും. വിരല് വായിലിട്ടാല് നൊമ്പലിക്കാതെ കടിച്ചോണ്ടിരിക്കും. കൈത്തണ്ടേലെ ഉപ്പുരസം നക്കിയെടുക്കും. കുണുങ്ങിക്കൊണ്ടോടുന്നതു കാണാൻ എന്തൊരുഭംഗി! പ്ലാവിലകൾ കടിച്ചു മുറിച്ചുതിന്നുന്നതു കാണാൻ എന്തൊരു ചന്തം! നാരായണി തികഞ്ഞ ഉത്തരവാദിത്വത്തോടെ മക്കളുടെ കളി കണ്ടോണ്ടിരിക്കും. താടിയിലൂടെ പിണ്ണാക്കിൻ വെള്ളം ഒലിച്ചിറങ്ങുന്നുണ്ടാവും. വേണ്ടാതീനം കാണിച്ചാല് നന്നായി ശകാരിക്കാനും തലകുലുക്കി മക്കളെ പേടിപ്പിക്കാനും നാരായണിക്കറിയാം. ഒരു പെങ്കുഞ്ഞി വേണമെന്ന് ഈയിടെയായി നാരായണിക്കു തോന്നിത്തുടങ്ങിയിട്ടുണ്ട്. അമ്മനവറൂ... എന്റെ നാരാണിക്ക് ഒരു പെങ്കുഞ്ഞീനെ കൊട്ക്കണേ... പാർവ്വതി ഉള്ളിൽ തട്ടിപ്രാർത്ഥിച്ചു.

പുലിയുടെ രാത്രിസഞ്ചാരം അവസാനിച്ചില്ല. ചെറിയൊരു ഇടവേളയ്ക്കുശേഷം അത് തന്റെ വിശ്വരൂപം കാണിച്ചുകൊടുത്തത് കൃഷ്ണേട്ടനായിരുന്നു.

ധർമ്മത്തടുക്കയിൽ ഒരു നേർച്ചത്തെയ്യത്തിന് ക്ലാർനറ്റ് വായിക്കാൻ പോയി രാത്രി വണ്ടിക്ക് കോട്ടിക്കുളത്തിറങ്ങി വീട്ടിലേക്ക് നടന്നുവരികയായിരുന്നു ക്ലാർനറ്റ് കൃഷ്ണേട്ടനും സമ്മേളക്കാരൻ വാസുദേവനും ശ്രുതിക്കാരൻ രാജനും. രാത്രി പത്തുമണിവരെ തെയ്യക്കോലങ്ങൾക്കു മുമ്പിൽ വിശ്രമമില്ലാതെ ക്ലാർനറ്റ് വായിച്ചും സമ്മേളമടിച്ചും ശ്രുതി വായിച്ചും തളർന്നുപോയ അവർ വീടെത്താൻ ധൃതിപ്പെട്ടു നടക്കുകയായിരുന്നു. കോട്ടക്കാലെത്തിയപ്പോൾ ഒരു മുരൾച്ച കേട്ട് മൂന്നുപേരും റോഡിൽ നിന്നു. കൃഷ്ണേട്ടനാണ് ആദ്യം കണ്ടത്. കൊത്തളത്തിനു മുകളിൽ ഒരു പുലി ഉദിച്ചുയർന്നുവരുന്ന ചന്ദ്രനെ പിടിക്കാനെന്നപോലെ നില്ക്കുകയായിരുന്നു. കൃഷ്ണേട്ടൻ കൈകൂപ്പി നിന്നുപോയി. പെരുന്തട്ടവീട്ടിലെ വിഷ്ണുമൂർത്തി തെയ്യത്തിന്റെ പുലിതന്നെ. നാലുമരച്ചക്രങ്ങളിൽ മണ്ഡപത്തിൽ നില്ക്കുന്നു. പുലിയും ചാമുണ്ഡിയുടെ പന്നിയും രാത്രി നാടുകാണാനിറങ്ങിയതാണ്. സംശയമില്ല. വിഷ്ണു ഒരുപക്ഷേ,

പുലിയുടെ പുറത്തിരിക്കുന്നുണ്ടാവും. സാധാരണ നേത്രങ്ങൾകൊണ്ട് അത് കാണാൻ കഴിയില്ല. പുലിയെയെങ്കിലും കാണാനുള്ള ഭാഗ്യമുണ്ടായല്ലോ! ഭാഗ്യം ഈ ജന്മം സഫലമായി. വാസുദേവനും രാജനും പുലിയെ കണ്ടതോടെ എങ്ങോട്ടോടണമെന്ന് നിശ്ചയമില്ലാതെ നിലവിളിക്കാൻ തുടങ്ങി. കൃഷ്ണേട്ടൻ അവരുടെ തുറന്ന വായിൽ കൈകൾ ബലമായി അമർത്തിക്കൊണ്ടു പറഞ്ഞു.

"പെരുന്തട്ട വീട്ടിലെ വിഷ്ണുമൂർത്തീരെ വാഹനം. നമുക്ക് ദൃഷ്ടാന്തം കാണിച്ചതാ. എത്ര കാലമായി വാസുദേവാ നമ്മള് മരത്തിന്റെ പുലിപ്പുറത്തിരിക്ക്ണ വിഷ്ണുമൂർത്തിയെ വലിച്ചുകൊണ്ട്പോകുമ്പോ ക്ലാർനറ്റ് വായിക്കുന്നത്! അതിന് വിഷ്ണുഭഗവാൻ തന്ന പ്രതിഫലാന്ന് കൂട്ടിയാ മതി. എടുക്ക് ശ്രുതി. അടിക്ക് സമ്മേളം."

കൃഷ്ണേട്ടൻ ക്ലാർനറ്റ് വായന തുടർന്നു. വാസുദേവൻ കൂടെ ച്ചേർന്നു. രാജൻ ശ്രുതി വായിച്ചു. 'ആത്മവിദ്യാലയമേ. അവനിയിലാത്മ വിദ്യാലയമേ' എന്ന ഗാനമായിരുന്നു കൃഷ്ണേട്ടൻ ക്ലാർനറ്റിലൂടെ ആലപിച്ചത്. ആ സംഗീതധാരയിൽ കോട്ടക്കൽ ഗ്രാമം പാതിരാവിൽ പെയ്യുന്ന ആദ്യമഴയിലേക്കെന്നപോലെ കണ്ണും കാതും തുറന്നു. ചക്ലിയ കോളനിയും ഉണർന്നു. വയസ്സന്മാർ സംഗീതം ആസ്വദിച്ചുകൊണ്ട് ഒന്നു മുറുക്കിത്തുപ്പി. കോണകം മുറുക്കിയുടുത്ത് ഊന്നുവടിയിൽ പുറത്തിറങ്ങി. ചെറുപ്പക്കാരും ചെറുപ്പക്കാരികളും പിന്നാലെ നടന്നു.

"ഇന്ന് ഏടയാരിക്കും തെയ്യം?"

ഒരു വയസ്സൻ ആരോടെന്നില്ലാതെ ചോദിച്ചു. "ക്രൂറ്റ് കേക്ക്ന്നത് കോട്ടക്കാല്ന്ന്. ഇത് തെയ്യത്തിന്റേതല്ല."

മറ്റൊരു വയസ്സൻ തറപ്പിച്ചു പറഞ്ഞു

"ഈ പാതിരാത്രീല് തെയ്യല്ലാതെ മറ്റെന്ത്ന്ന്പ്പാ."

കോട്ടക്കാലെത്തിയപ്പോഴാണ് അവരുടെ സംശയം തീർന്നത്. സംശയത്തോടൊപ്പം അത്ഭുതവും വർദ്ധിച്ചുവന്നു. ഇവരെന്തിനാണ് ഈ പാതിരാവിൽ പെരുവഴിയിൽനിന്ന് കളിയാട്ടം കൂടുന്നതെന്ന് എത്ര ആലോചിച്ചിട്ടും പിടികിട്ടിയില്ല. ചോദിക്കാമെന്നുവച്ചാൽ വാദ്യമേളമൊന്ന് നിർത്തിക്കിട്ടുന്നുമില്ല. ഒരു ഗാനത്തിൽനിന്ന് മറ്റൊരു, ഗാനത്തിലേക്കുള്ള യാത്ര, സ്വാമി തിന്തക തോം.. അയ്യപ്പ തിന്തകതോം. എന്ന ഗാനം തുടങ്ങിയതോടെ ആൺപെൺഭേദമില്ലാതെ അവിടെ വന്നുകൂടിയവരെല്ലാം നൃത്തം ചെയ്തു തുടങ്ങി. ആനന്ദമൂർച്ഛയിൽ കൃഷ്ണേട്ടൻ ക്ലാർനറ്റ് താഴ്ത്തി. സമ്മേളം നിന്നു. കോൽചരടിൽ തിരുകി.

ഹോ! ഒരു നിമിഷം എന്തൊരു നിശ്ശബ്ദത!

തെങ്ങോലകൾ മഞ്ഞുവീഴ്ചയിൽ പല്ലുറുമ്മുന്നതുപോലും കേൾക്കാം.

"അല്ല, ഇതെന്ത് കഥ കൃഷ്ണേട്ടാ. പാതിരാത്രീല് റോട്ട്മ്മന്ന്... കള്ള് തലക്ക് കേറിപ്പോയതല്ലല്ലോ."

എൺട്ടപ്പൻ ചോദിച്ചു.

"കള്ളല്ല. എൺടപ്പാ." കൃഷ്ണേട്ടൻ ഒരു യോഗിവര്യനെപ്പോലെ ശാന്തനായി പറഞ്ഞു. "ഞങ്ങള് മൂന്നാളും കണ്ടു."

"എന്ത് കണ്ടൂന്ന്?"

"കാണാൻ ആഗ്രഹിച്ചതെന്തോ അത് കണ്ടു എൺടപ്പാ... പത്തു നാല്പതു കൊല്ലം ദൈവസന്നിധിയില് ക്ലാർനറ്റ് വായിച്ചതിനുള്ള പ്രതി ഫലം എനിക്കു കിട്ടി. ഇനി എന്റെ കണ്ണടഞ്ഞാലും വേണ്ടില്ല. ഭഗവാനേ... ഭക്തവത്സലാ.."

"ഞങ്ങളെ തീ തീറ്റിക്കാതെ എന്താണ് കണ്ടത്ന്ന് പറ കൃഷ്ണേട്ടാ."

"അതാ ആ കോട്ടേരെ കൊത്തളത്ത്മ്മ ഇങ്ങനെ തലയുയർത്തി നിക്ക്ന്ന്!"

"ആര്?"

"വിഷ്ണുമൂർത്തീരെ വാഹനം. പുലി!"

"ങെ! എന്താന്ന്?"

"പുലി!"

എൺടപ്പൻ ഒന്നു ഞെട്ടി. അവന്റെ പേടി അവിടെ കൂടിയിരുന്ന എല്ലാവരിലേക്കും പടർന്നു.

"എന്റെ ആദ്യത്തെ പാട്ട് കൈയിന്നത്വരെ അത് ആട ത്തന്നെണ്ടായ്ന്. പിന്നെ എങ്ങോട്ട് പോയീന്ന് ഒരു നിശ്ചയവുമില്ല."

ക്ലാർനറ്റ് കൃഷ്ണേട്ടൻ പറഞ്ഞു.

"ചക്ലിയമ്മാർടെ കോളനീലെ ഒന്നുരണ്ട് പുലീനെ കണ്ടൂന്നൊരു വർത്താനം ഈയിടെ ഞാൻ കേട്ടു."

കാതിൽ കമ്മലിട്ട സുന്ദരൻ എന്ന ചെറുപ്പക്കാരൻ പറഞ്ഞു.

"ഇത് ആ പുലിയൊന്നും അല്ല. വേറെ പുലി. വിഷ്ണു മൂർത്തി അതിന്റെ പുറത്തിരിക്കുന്നത് ഒരു നിമിഷം ഞാൻ കണ്ടു." കൃഷ്ണേ ട്ടൻ പറഞ്ഞു. "ഇങ്ങോട്ട് എന്റെ നേരെ നോക്കി വിഷ്ണുമൂർത്തി കൈ ഉയർത്തി എന്നെ അനുഗ്രഹിച്ചു.

അവിടെ കൂടി നിന്നവരെല്ലാം കൃഷ്ണേട്ടനെ ഭക്തിപൂർവ്വം നോക്കി കൈകൂപ്പി. ചിലർ കാലിൽതൊട്ട് വന്ദിച്ചു.

തുടർന്നുള്ള ദിവസങ്ങളിൽ ചന്ദ്രപുരത്തെ പീടികകളിലും കള്ളു ഷാപ്പിലും അരയാൽ തറയിലും സംഭാഷണവിഷയം പുലി, കോട്ട കൊത്തളത്തിൽ പ്രത്യക്ഷപ്പെടുന്നതിന്റെ കാരണങ്ങളെക്കുറിച്ചു മാത്ര മായി.

കോട്ട നിന്നിരുന്ന സ്ഥാനത്ത് പണ്ടൊരു വിഷ്ണുക്ഷേത്രമുണ്ടായി രുന്നു എന്നും അതുകൊണ്ടാണ് പുലി കോട്ടയിലേക്ക് അസമയത്ത് വരു ന്നതെന്നുമുള്ള വാദത്തിന് പരക്കെ അംഗീകാരം ലഭിച്ചു. ഏതു സമയവും കോട്ട തകർക്കപ്പെടുമെന്ന അവസ്ഥയിലായി. അങ്ങനെ ചെയ്തില്ലെങ്കിൽ പുലി നാട്ടിലിറങ്ങി നരഹത്യ നടത്തുമെന്ന പ്രവചനമുണ്ടായി. ചന്ദ്രപു രവും, കോട്ടപ്പാറയും, ചക്ലിയ കോളനിയും പുലിപ്പേടിയിൽ വിറച്ചു. തൊഴു ത്തിലെ മൂര്യന്മാരും പൈക്കളും കിടാങ്ങളും അസമയത്ത് നിലവിളിച്ചു. ഏറ്റുകാരൻ ചോയ്യമ്പൂന്റെ വാഴത്തടത്തിൽ ഏതോ മൃഗത്തിന്റെ കാലടി പ്പാടുകൾകണ്ടു. അത് പുലിയുടേതുതന്നെ എന്ന് കേരളം സന്ദർശിക്കാൻ വന്ന ഒരു യോഗിവര്യൻ അരുളിചെയ്തു. കോട്ടപ്പാറയിലെ പാറക്കെട്ടിൽ ഏതോ മൃഗത്തിന്റെ അവശിഷ്ടങ്ങൾ കണ്ടു. പുലി കടിച്ചുകുടഞ്ഞ്

കൊന്നു തീർത്ത പശുക്കിടാവിന്റെ അവശിഷ്ടമാണതെന്ന് ഒരു ബ്രാഹ്മണ ശ്രേഷ്ഠൻ വിധിയെഴുതി.

കോളനിയിൽ മാലിംഗന് മാത്രമല്ല എല്ലാവർക്കും ഉറക്കമില്ലാത്ത രാത്രികളാണ്. കോളനിക്ക് എന്തോ ദൈവദോഷം സംഭവിച്ചിട്ടുണ്ടെന്ന് മൂപ്പൻ വിശ്വസിച്ചു. എന്താണെന്ന് ആദിഭൈരവനോടും അമ്മനവറുവോടും ചോദിക്കണം. അവർ പറയും. അതിന് സ്വർണ്ണ പ്രശ്നം വേണം. അത് വേണ്ടതാണെന്ന് കോളനിയിലെ എല്ലാവരും തലകുലുക്കി സമ്മതിച്ചു. സ്വർണ്ണപ്രശ്നത്തിനുള്ള പിരിവ് തുടങ്ങുന്നതിനുമുമ്പ് ഹരിജനക്ഷേമ വകുപ്പു മന്ത്രിയുടെ ഒരു പ്രസ്താവന വന്നു. ഹരിജനങ്ങൾക്കു വേണ്ടി യാണ് സർക്കാർ നിലകൊള്ളുന്നത്. അവരുടെ ക്ഷേമത്തിനുവേണ്ടി ഏതറ്റം വരെയും പോകും. പുലി ചക്ലിയ കോളനിയിൽ പ്രവേശിക്കുക യാണെങ്കിൽ കോളനിയിലെ ജനങ്ങൾക്ക് പൂർണ്ണസംരക്ഷണം നല്കാൻ വകുപ്പ് പ്രതിജ്ഞാബദ്ധമാണ്. മന്ത്രിയുടെ പ്രസ്താവന കോളനിയും പുറത്തുമുള്ള മനുഷ്യർക്ക് വലിയ ആശ്വാസമായി.

കോട്ട കൊത്തളത്തിൽ ഇരുമ്പു പൈപ്പുകൊണ്ടുള്ള ഒരു പുലിക്കെ ണിയുണ്ടാക്കി വയ്ക്കാൻ പ്രത്യേക സാങ്കേതികവിദഗ്ദ്ധരുടെ സംഘത്തെ നിയമിച്ചുകൊണ്ടുള്ള സർക്കാർ ഉത്തരവിറങ്ങി. ജില്ലാ കളക്ടർക്ക് അതിന്റെ മേൽനോട്ട ചുമതലയും നല്കി. ഒരു കൂട്ടം വിദഗ്ദ്ധരുടെ ഒരാഴ്ച നീണ്ട പരിശ്രമഫലമായി കൊത്തളത്തിൽ പുലിക്കെണിയൊരു ങ്ങി. യന്ത്രത്തിൽ ഏതോ മന്ത്രവാദി ജപിച്ചൂതിയ കറുത്ത ചരടുകെട്ടി. അമ്പലത്തിൽനിന്നും കൊണ്ടുവന്ന ചന്ദനം തൊട്ടു. ഇനി വേണ്ടത് കെണി ക്കുള്ളിൽ കെട്ടിയിടാനുള്ള ആടാണ്. ഗുണഭോക്തൃ വിഹിതം എന്ന നില യിൽ അത് കോളനിക്കാർ സംഭാവനയായി നല്കാമെന്ന് മൂപ്പൻ സംര ക്ഷണസമിതി അംഗങ്ങൾക്ക് വാക്കുകൊടുത്തിരുന്നു. വാക്കു കൊടുക്കുക മാത്രമല്ല കരാറിൽ ചുണ്ടൊപ്പ് ചാർത്തുകയുംചെയ്തു.

ആദിഭൈരവ ഗുഡിയിൽ അന്തിത്തിരി വച്ച് മടങ്ങുന്നേരം ഒരുദിവസം മൂപ്പൻ ചപ്പിലയുടെ ചാളയിൽ കയറി. ചപ്പില പണികഴിഞ്ഞ് എത്തിയിട്ടേ ഉണ്ടായിരുന്നുള്ളൂ. പാർവ്വതി അച്ഛന്റെ വായിൽ കോരിക്കുടിയിൽ ചായ ഒഴിച്ചു കൊടുക്കുകയായിരുന്നു. മൂപ്പനെ കണ്ടതോടെ അവൾ അടുക്കള യുടെ ചെറ്റയ്ക്ക് പിന്നിലേക്ക് പിൻവലിഞ്ഞു. ചപ്പില മൂപ്പനിരിക്കാൻ ഒരു പലകയിട്ടു കൊടുത്തു. മൂപ്പൻ പക്ഷേ, ഇരുന്നില്ല. മാലിംഗനെ നോക്കി ക്കൊണ്ട് അയാൾ നിന്ന നില്പിൽത്തന്നെ കുറേനേരം നിന്നു. മാലിം ഗൻ മൂപ്പനെ കണ്ണുചിമ്മാതെ നോക്കി. കൃഷ്ണമണികൾ ഒന്നു പിടഞ്ഞു. കണ്ണുകൾ നിറഞ്ഞു. കൊണ്ടുപോകാൻ സമയമായില്ലേ മൂപ്പാ എന്ന് ഒച്ച യില്ലാതെ പറയുകയാണ് മാലിംഗൻ. എന്റെ ചപ്പിലേനേം പാറൂനേം ഇങ്ങനെ തീ തീറ്റിക്കരുതെന്ന് ആദിഭൈരവനോട് പറയണം മൂപ്പാ എന്ന് അപേക്ഷിക്കുകയാണ് ആ ശരീരം. മൂപ്പൻ കുനിഞ്ഞുനിന്ന് മാലിംഗന്റെ കവിളിലൂടെ ഒലിച്ചിറങ്ങുന്ന കണ്ണീർ തുടച്ചു. പിന്നെ ആ കൂരയ്ക്കകത്തെ മങ്ങിയ വെളിച്ചത്തിൽ പറയാനുള്ളതെന്തോ പറയാൻ പ്രയാസപ്പെട്ടു കൊണ്ട് കുറച്ചുനേരം നിന്നു.

“ചപ്പിലേ..”

മൂപ്പൻ വിളിച്ചു.

"ഗേർമ്മണ്ട് പുലീനെ പിടിക്കാൻ കോട്ടേല് കെണിവച്ചുകയിഞ്ഞു. നീ കണ്ടിറ്റ്ലെ?"

"കണ്ടു."

"കെണിക്കൂട്ടിലിടാൻ ഒരാട്ടിൻകുഞ്ഞിനെ നമ്മള് കോളനിക്കാര് കൊടുക്കണം."

"ഇത്ര വല്യ കെണി വെക്ക്ണ ഗേർമേണ്ടിന് ഒരാട്ടിൻ കുഞ്ഞിനേം കൊണ്ടന്നൂടേ മൂപ്പാ."

ചപ്പിലയുടെ സംശയം.

"അങ്ങനെ അല്ല ചപ്പിലേ... ഗേർമെണ്ട്ന്ന് പറയ്ന്നത് നമ്മളെല്ലാം കൂടേ്യതന്നല്ലെ? നമ്മളെ ഭാഗത്ത്ന്നും ബേണ്ടേ ഒരു സഹായം."

ചപ്പിലയ്ക്ക് മനസ്സിലായി വരുന്നുണ്ട്. ഇത് മറ്റൊരു കെണിയാണെന്ന്. പക്ഷേ, അവൾ പിന്നെ ഒന്നും ഉരിയാടിയില്ല.

"കോളനീലിപ്പൊ ചപ്പിലയ്ക്ക് മാത്രേ ആടുള്ളൂ. നാളെ കെണീരെ ആള് വരുമ്പൊ ഒരു ക്ടാവിനെ നീ അപ്പ്യക്ക് കൊട്ക്കണം. നീയല്ലെ പുലീനെ ആദ്യം കണ്ടത്. നിനക്കാന് ആദിഭൈരവൻ ആദ്യായിറ്റ് ദൃഷ്ടാന്തം കാണിച്ചത്. അതോണ്ട് ഒരു കിടാവിനെ നീ കൊടുക്കേന്നെ ബേണം."

മാലിംഗന്റെ കണ്ണുകളും കോടിപ്പോയ ചുണ്ടുകളും എന്തോ പറയാൻവേണ്ടി പതുക്കെ ചലിച്ചു. തൊണ്ടയിൽനിന്ന് വാക്കുകൾ ഞരക്കങ്ങൾ മാത്രമായി പുറത്തുവന്നു. കവിളുകളിലൂടെ കണ്ണീർ ഒലിച്ചിറങ്ങി.

മറുപടിക്കു കാത്തുനില്ക്കാതെ മൂപ്പൻ ആചാരവടി കുത്തി മുറ്റത്തിറങ്ങി. ആട്ടിൻകൂടിനു നേർക്ക് ഒന്നുനോക്കിയശേഷം ഇടവഴിയിലേക്കിറങ്ങി.

തരിച്ചു നിന്നുപോയ ചപ്പിലയുടെ മുമ്പിലേക്ക് പാർവ്വതി കരഞ്ഞുകൊണ്ട് വന്നു.

"എങ്ങനെ അമ്മെ നമ്മള് നമ്മുടെ ക്ടാവിനെ കൊടുക്കല്.."

"മൂപ്പൻ പറഞ്ഞാല് അയ്ന് ബേറെ ബാക്കില്ല മോളെ. നീ ഇങ്ങനെ കുഞ്ഞേ്യാളപ്പോലെ കരയല."

ചപ്പില മോളെ സമാധാനിപ്പിക്കാൻ നോക്കി.

പുലിയെ പിടിക്കാനുള്ള യജ്ഞം ആരംഭിക്കുന്ന വിവരം വാർത്താമാധ്യമങ്ങൾ വലിയ പ്രാധാന്യത്തോടെ പ്രസിദ്ധീകരിച്ചു. ദൃശ്യമാധ്യമങ്ങളിൽ കോട്ടയെക്കുറിച്ചുള്ള ഡോക്യുമെന്ററി പ്രക്ഷേപണം ചെയ്തു. ചില ചാനലുകളിൽ കോട്ടയുടെ നിഴലിലുറങ്ങുന്ന ചക്ലിയ കോളനിയെക്കുറിച്ചുള്ള സ്റ്റോറിയായിരുന്നു കൊടുത്തത്. ക്ലാർനറ്റ് കൃഷ്ണേട്ടനുമായുള്ള അഭിമുഖം മറ്റൊരു ചാനൽ പ്രക്ഷേപണം ചെയ്തു. ക്ലാർനറ്റ് വായനയിൽ അദ്ദേഹത്തിനുള്ള അപാരമായ കഴിവ് ലോകം ആ പരിപാടിയിലൂടെ അറിഞ്ഞു. കല്യാണത്തിനും തെയ്യത്തിനും ക്ലാർനറ്റ് വായിച്ചുകിട്ടുന്ന തുച്ഛമായ പ്രതിഫലംകൊണ്ട് കുടുംബം പോറ്റിയിരുന്ന അയാളുടെ മുമ്പിൽ അവസരങ്ങളുടെ ഒട്ടേറെ വാതിലുകൾ പൊടുന്നനെ തുറന്നു. ഷാർജ ഇന്ത്യൻ അസോസിയേഷൻ അയാളെ പരിപാടി അവതരിപ്പിക്കാൻ ഷാർജയിലേക്കു ക്ഷണിച്ചു. സംഗീതനാടക അക്കാദമി അവാർഡ്

പട്ടികയിൽ കൃഷ്ണേട്ടന്റെ പേരും ഉൾപ്പെടുത്തി.

പരസ്യങ്ങളുടെ ശക്തിയാണ് ബസുനിറയെ ആളുകളെ കോട്ടപ്പാറയിലെത്തിച്ചത്. അവരിതാ ആ ഗ്രാമത്തിൽ നാളിതുവരെ നടന്നിട്ടില്ലാത്ത വലിയൊരു സംഭവത്തിന് സാക്ഷ്യം വഹിക്കാൻ പോകുകയാണ്.

സിദ്ധാർത്ഥൻ കോട്ടയുടെയും ചക്ലിയ കോളനിയുടെയും ദൃശ്യങ്ങൾ പകർത്തിക്കഴിഞ്ഞപ്പോഴേക്കും എട്ടു ചക്രങ്ങൾ ഘടിപ്പിച്ച വലിയ പുലിക്കൂട് ലോറിയിൽ കോട്ടയ്ക്കുള്ളിലേക്ക് പ്രവേശിച്ചുകഴിഞ്ഞു. ദൃഢഗാത്രരായ നാല് ചുമട്ടുതൊഴിലാളികളും സാങ്കേതിക വിദഗ്ദ്ധരും ലോറിയിൽ ഉണ്ടായിരുന്നു. കൊത്തളത്തിലേക്കുള്ള ചെരിഞ്ഞ പ്രതലത്തിനരികിൽ ലോറി നിന്നു. ചുമട്ടുതൊഴിലാളികൾ അനായാസം പുലിക്കെണി ലോറിയിൽ നിന്നിറക്കി കൊത്തളത്തിൽ കയറ്റിവച്ചു. ചുറ്റുപാടുനിന്നും ആളുകൾ ശ്വാസമടക്കിപ്പിടിച്ചുകൊണ്ട് എല്ലാം നോക്കിനിന്നു. സിദ്ധാർത്ഥൻ അവരുടെ മുഖത്ത് കയറിയും ഇറങ്ങിയും കൊണ്ടിരിക്കുന്ന ആകാംക്ഷയുടെ തിരമാലകൾ ഒപ്പിയെടുത്തുകൊണ്ടിരുന്നു.

തൊഴിലാളികളിൽ രണ്ടുപേർ താഴെയിറങ്ങി. അവർ ചക്ലിയ കോളനിയിലേക്കു നടന്നു. പിന്നാലെ സിദ്ധാർത്ഥനും.

മാലിംഗന്റെ വീട്ടുമുറ്റത്തെ ആട്ടിൻകൂട്ടിൽ നാരായണിയും മക്കൾ ചന്തുവും ചിണ്ടനും തൊട്ടും തലോടിയും കുണുങ്ങിത്തുള്ളിയും വർത്തമാനം പറഞ്ഞുമിരിക്കുന്നതിനിടയിലാണ് ചുമട്ടുതൊഴിലാളികൾ അവിടെ എത്തിയത്.

"മാലിംഗാ... ചപ്പിലേ.."

ഒരാൾ ഉറക്കെ വിളിച്ചു.

"ഒന്നിനെ പിടിച്ചോ." പാർവ്വതി അകത്തുനിന്ന് പറഞ്ഞു. "കരയിക്കാതെ കൊണ്ടോണം. ഞാങ്ങക്ക് കൈയില ആ കരച്ചില് കേട്ടോളാൻ."

ഒരു തൊഴിലാളി കൂടിന്റെ വാതിൽ പകുതിതുറന്ന് വലതു കൈ അകത്തേക്കിട്ട് ഒരു ക്ടാവിന്റെ കാലിൽ പിടിമുറുക്കി പുറത്തേക്കിട്ട് വാതിലടച്ചു. അപരിചിതന്റെ കൈയിൽ പെട്ട ചിണ്ടൻ തൊണ്ടപൊട്ടുമാറ് നിലവിളിച്ചു.

"അമ്മേ.... ചിണ്ടന്റെ കരച്ചില്...."

പാർവ്വതി ചപ്പിലയുടെ ചുമലിൽ ചാഞ്ഞു.

"കൊണ്ടോട്ട്... മൂപ്പൻ ഇത് ചെയ്യേണ്ടായിരുന്നു."

പാർവ്വതിയെ ചപ്പില സമാധാനിപ്പിച്ചു.

ചിണ്ടന്റെ കരച്ചിൽ അകന്നുപോവുകയാണ്.

പാർവ്വതിക്ക് തിരിച്ചറിയാം. ചിണ്ടന്റെയും ചന്തുവിന്റെയും നാരായണിയുടെയും ശബ്ദം.

കൂട്ടിൽനിന്ന് ചന്തു ഒച്ചവയ്ക്കാൻ തുടങ്ങി. നാരായണിയും കൂടെ ചേർന്നു. അവൾ കൂടിന്റെ അഴികളിൽ കാലുയർത്തിവച്ച് പുറത്തേക്ക് നോക്കി. ചിണ്ടന് എന്തോ അപകടം പറ്റിയെന്ന് മനസ്സിലാക്കിയ അവൾ നിർത്താതെ നിലവിളി തുടങ്ങി.

കൊത്തളത്തിനു മുകളിൽ ആചാരക്കുറിയും ആചാരക്കത്തിയും പട്ടുടുപ്പും അരമണിയും ആചാരവടിയുമായി പുലിക്കെണിക്കരികിൽ മൂപ്പൻ

നിന്നു. വെളിച്ചപ്പാട് തൊട്ടടുത്തു തന്നെയുണ്ട്. ചൂരൽവടിയും ചുവന്ന തലേക്കെട്ടും കാൽച്ചിലമ്പും അയാൾക്ക് അധികമായുണ്ട്. സിദ്ധാർത്ഥൻ കുനിഞ്ഞും നിവർന്നും എല്ലാ കാഴ്ചകളും ഭംഗിയായി ഒപ്പിയെടുക്കുന്നുണ്ട്. ആൾക്കൂട്ടം ശ്വാസമടക്കിപ്പിടിച്ചു നില്ക്കുകയാണ്. ചുമട്ടുതൊഴിലാളി ചെരിവു തലത്തിലൂടെ ചിണ്ടനെ മാറോടു ചേർത്ത് കൊത്തളത്തിനു നേർക്ക് അടിവച്ചടിവച്ച് നീങ്ങുന്നു. അതാ പ്രധാന ഗെയ്റ്റിലൂടെ വാദ്യസംഘം വരികയാണ്. കൃഷ്ണേട്ടൻ ക്ലാർനറ്റ് വായിക്കുന്നു. വാസുദേവന്റെ സമ്മേളവും രാജന്റെ ശ്രുതിയും ക്ലാർനറ്റിന്റെ ആത്മാവിൽ പിടിച്ചുകയറി. ജനം ഏതോ മായികലോകത്തിൽ തളച്ചിടപ്പെട്ടു. അവർ എല്ലാം മറന്നു. കാലം അവർക്കു മുമ്പിൽ ഘനീഭവിച്ചു നിന്നു. വാദ്യസംഘം കൊത്തളത്തിലെത്തിയിരിക്കുന്നു. പുലിക്കൂടിന്റെ ഇടതുഭാഗത്തായി അവർ നിന്നു.

ഓം ഹരി ഓം ഹരി ഓം ഹരിയേ.... എന്നു തുടങ്ങുന്ന ഗാനം ആലപിക്കാൻ തുടങ്ങിയതോടെ ജനം ആൺപെൺ ഭേദമില്ലാതെ നൃത്തം ചെയ്യാൻ തുടങ്ങി. ഏതോ ലഹരി ബാധിച്ചതുപോലെ ഉടൽ ഉടലിലേക്കു ചാഞ്ഞു. കെട്ടിപ്പിടിച്ചായി ആട്ടം. ആനന്ദമൂർച്ഛയിൽ എല്ലാവരും എത്തിനില്ക്കെ കൃഷ്ണേട്ടൻ ഗാനം അവസാനിപ്പിച്ചു. ഉടൽ ഉടലിൽനിന്നു വേർപെട്ടു. വിയർത്തൊലിച്ച് അവർ നിലത്തിരുന്നു. തണുപ്പുകാറ്റിൽ വിയർപ്പുചാലുകൾ വറ്റിത്തുടങ്ങി. വാദ്യസംഘം വീണ്ടും തുടങ്ങി. ഇതുവരെ ആരും കേട്ടിട്ടില്ലാത്ത ഒരു ഗാനമായിരുന്നു അത്. രക്തചാമുണ്ഡി ഉറയുന്ന വേളയിൽ കൃഷ്ണേട്ടൻ വായിക്കാറുള്ള ഗാനത്തിന് സാമ്യമുണ്ടായിരുന്നു അതിന്. ചുമട്ടുതൊഴിലാളി ചിണ്ടനെ മൂപ്പനു കൈമാറി. സാങ്കേതിക വിദഗ്ദ്ധരുടെ നിർദ്ദേശമനുസരിച്ച് അയാൾ ചിണ്ടനെ കൂട്ടിലാക്കി മറ്റുജോലികൾ വിദഗ്ദ്ധർ ചെയ്തുതീർത്തു മാറിനിന്നു. ഇപ്പോൾ ചിണ്ടൻ ബന്ധനത്തിലാണ്. അവൻ കരഞ്ഞുകൊണ്ടേയിരുന്നു. മൂപ്പൻ ആദിഭൈരവനെയും അമ്മനവറുവെയും സ്തുതിക്കുന്ന കീർത്തനങ്ങൾ ചൊല്ലി. വെളിച്ചപ്പാട് നിന്ന് വിറയ്ക്കുകയാണ്. ചൂരൽവടി സ്വന്തം ശരീരത്തിൽ ആഞ്ഞാഞ്ഞ് പതിപ്പിച്ചും ഉറക്കെ മാറ്റംകൊടുത്തും കോട്ടയ്ക്കുള്ളിൽ വെളിച്ചപ്പാട് നിറഞ്ഞാടി. പിന്നീട് തളർന്ന് ആരുടെയോ കൈകളിൽ വീണു. അവർ വെളിച്ചപ്പാടിനെ ആദിഭൈരവ ഗുഡിയുടെ വരാന്തയിൽ കൊണ്ടുപോയി കിടത്തി. അപ്പോഴേക്കും ഇരുട്ട് കടുത്തു ആളുകൾ പല കൈവഴികളിലൂടെ ഒലിച്ചുപോയി. പട്ടണത്തിൽ നിന്നുവന്ന ഒരാളുടെ കാറിൽ സിദ്ധാർത്ഥനും തിരിച്ചുപോയി.

നാടുറങ്ങിക്കഴിഞ്ഞു. ചപ്പിലയുടെ ചാളയിൽ ആരും ഉറങ്ങിയില്ല. കോട്ടയിൽനിന്ന് ചിണ്ടന്റെ നിലവിളിക്ക് ഒരു ശമനവുമില്ല. നാരായണിയും ചന്തുവും കരഞ്ഞു തളർന്നു. ചപ്പിലയുടെ മടിയിൽ തലചായ്ച്ചു കിടക്കുകയാണ് പാർവ്വതി. മാലിംഗന്റെ പായയ്ക്കരികിൽ കുത്തുവിളക്കിലെ തിരിനാളം പോലും ഒരു കറുത്ത തുണിക്ക്ഷണംപോലെ പ്രഭയറ്റു നിന്നു.

പാതിരാ കഴിഞ്ഞിരിക്കണം. ചിണ്ടന്റെ നിലവിളി പെട്ടെന്നു നിന്നു. പാർവ്വതി പിടഞ്ഞെഴുന്നേറ്റു ചപ്പില ചെറ്റയുന്തിമാറ്റി മുറ്റത്തേക്കു പാഞ്ഞു. കോട്ടയുടെ നേർക്ക് ചെവിവട്ടം പിടിച്ചു. ചന്തുവിന്റെയും നാരാ

യണിയുടെയും കരച്ചിൽ മനുഷ്യരുടെ നിലവിളിപോലെ കനത്തു. ഇല്ല. ചിണ്ടന്റെ കരച്ചിൽ കേൾക്കാനില്ല. ചിണ്ടൻ ഇല്ലാതായിരിക്കുന്നു. ചപ്പില നടുമുറ്റത്ത് തളർന്നിരുന്നുപോയി. പാർവ്വതി അമ്മയുടെ അരികിലിരുന്ന് കോട്ടയുടെ നേർക്ക് ചിണ്ടന്റെ ശബ്ദത്തിനായി പ്രതീക്ഷയോടെ നോക്കി.

നേരം പുലർന്നു. അമ്പലങ്ങളും പള്ളികളും ഉണർന്നു. പാട്ടും ബാങ്കുവിളിയും ഇടകലർന്നു. മൂപ്പനും വെളിച്ചപ്പാടും ഉണർന്നു. വിശദമായൊന്നു മുറുക്കി അവർ കോട്ടവാതിലിനു നേർക്കു നടന്നു. മൂപ്പരുടെ ദൈവവചനങ്ങൾ കേട്ടുണർന്ന പലരും അയാളുടെ പിന്നാലെ കൂടി. പട്ടണത്തിൽ തൂപ്പുജോലിക്കുപോകേണ്ട പെണ്ണുങ്ങൾ പുലിക്കെണിയിൽവീണ പുലിയെ കണ്ടിട്ടുമതി മറ്റെല്ലാമെന്നു തീരുമാനിച്ച് അവരോടൊപ്പം ചേർന്നു. ഒരു കൂട്ടം കാക്കകൾ അവർക്കു മുകളിലൂടെ പറന്നുപോയി. മൂപ്പനും വെളിച്ചപ്പാടും ആദിഭൈരവന്റെ മക്കളും കോട്ടക്കൊത്തളത്തിലെത്തി. പുലിക്കെണിയിൽ പുലിയോ ചിണ്ടനോ ഉണ്ടായിരുന്നില്ല. വെളിച്ചപ്പാട് ഒന്നുകൂടി സൂക്ഷിച്ചു നോക്കി. കൂട്ടിൽ ചോരത്തുള്ളികൾ!

പുലിക്കെണിയുടെ നിർമ്മിതിയിലുണ്ടായ ചില തകരാറുകളാണ് പുലി രക്ഷപ്പെടാൻ കാരണമെന്ന് വനംവകുപ്പിലെ ഉദ്യോഗസ്ഥരും മറ്റു സാങ്കേതിക വിദഗ്ദ്ധരും മണിക്കൂറുകൾ നീണ്ട സൂക്ഷ്മ പരിശോധനയ്ക്കുശേഷം വ്യക്തമാക്കി. ന്യൂനതകൾ എത്രയുംവേഗം പരിഹരിക്കുമെന്നും പുലിയെ പിടികൂടാനുള്ള സംവിധാനമൊരുക്കുമെന്നും അവർ ജനങ്ങൾക്കുറപ്പു കൊടുത്തു.

സന്ധ്യയോടെ മൂപ്പനും വെളിച്ചപ്പാടുംവന്ന് ചന്തുവിനെ കൂട്ടിൽനിന്ന് പിടിച്ചു വലിച്ചെടുത്തുകൊണ്ടുപോയി. ചപ്പില ജോലികഴിഞ്ഞ് തിരിച്ചെത്തിയിരുന്നില്ല. പാർവ്വതിയുടെ നിലവിളി അവർ കേട്ടതുമില്ല. നാരായണി മുൻകാലുകൾ കൂടിന്റെ അഴികളിൽ ഉറപ്പിച്ചു നിർത്തി ഉറക്കെ കരഞ്ഞു.

ഉറക്കമില്ലാത്ത മറ്റൊരു രാത്രികൂടി കടന്നുപോയി. പുലി ചന്തുവിനെയും കടിച്ചു കുടഞ്ഞുതിന്ന് രക്ഷപ്പെട്ടു. ഇത് ജനാധിപത്യത്തിനു നേർക്കുള്ള വെല്ലുവിളിയാണെന്നും സർക്കാരിന് ഇതിന്റെ ധാർമ്മിക ഉത്തരവാദിത്വത്തിൽനിന്ന് രക്ഷപ്പെടാൻ കഴിയില്ലെന്നും എത്രയും വേഗം രാജിവെച്ചൊഴിയണമെന്നും പ്രതിപക്ഷ നേതാവിനെ ഉദ്ധരിച്ചുകൊണ്ട് മാധ്യമങ്ങൾ റിപ്പോർട്ട് ചെയ്തു. ചാനലുകളിലെ ചർച്ചകളിൽ പ്രമുഖ നേതാക്കൾ പങ്കെടുത്തു. പുലികളെപ്പോലെ അന്യോന്യം കടിച്ചുകീറി സത്യാവസ്ഥ വിലയിരുത്താനുള്ള ശേഷി ജനങ്ങൾക്കുണ്ടെന്ന് ഇരുവിഭാഗവും ഇടയ്ക്കിടെ ഓർമ്മിപ്പിച്ചുകൊണ്ടിരുന്നു.

അവസാനത്തെ പരീക്ഷണത്തിനുവേണ്ടി ഉദ്യോഗസ്ഥർ ഒരുങ്ങിക്കഴിഞ്ഞു. എല്ലാ വകുപ്പുകളുടെയും ഏകോപനം ഇത്തവണ ഉറപ്പുവരുത്തിയിട്ടുണ്ട്. നാരായണിയെയാണ് അന്നു വൈകുന്നേരം പിടിച്ചുകൊണ്ടുപോയത്. തന്നെ കൊണ്ടുപോയി നാരായണിയെ രക്ഷിക്കണേ എന്ന ചപ്പിലയുടെ അഭ്യർത്ഥന ഭരണഘടനാവിരുദ്ധമാണെന്ന് വിലയിരുത്തപ്പെട്ടു. ആർക്കും വേണ്ടാത്ത ഈയുള്ളവനെ കൊണ്ടുപോണേ എന്ന് മാലിംഗന്റെ കണ്ണുകളും കോടിപ്പോയ ചുണ്ടുകളും വിളിച്ചുപറയുന്നുണ്ടായിരുന്നു.

ചിണ്ടന്റെയും ചന്തുവിന്റെയും വഴിയേ നാരായണിയും പോയി. കൊത്തളത്തിൽനിന്ന് നാരായണിയുടെ നിലവിളി നിന്നുപോയ അതേ നിമിഷം മാലിംഗന്റെ കൃഷ്ണമണികളുടെ ചലനവും കൈവിരലുകളുടെ ചലനവും നിന്നു. ചപ്പിലയുടെയും മകളുടെയും നിലവിളി ചക്ലിയകോള നിയെ പിടിച്ചുലച്ചു കളഞ്ഞു. മരണം കോളനിയിൽ മേഞ്ഞുനടക്കുക യാണെന്ന് മൂപ്പനും വെളിച്ചപ്പാടിനും തോന്നി. അവർ വേഗം കൊത്തള ത്തിൽനിന്നു താഴെയിറങ്ങി. ചെമ്പകമരച്ചോട്ടിൽ ചാരിവച്ചിരുന്ന തിരു വായുധമെടുത്ത് വെളിച്ചപ്പാട് ഉറഞ്ഞ് തുള്ളി. എത്രയോ ദശകങ്ങളിലെ മഴയും വെയിലുമേറ്റ ആ തുരുമ്പിച്ച വാൾകൊണ്ട് വെളിച്ചപ്പാട് തന്റെ മാറിടത്തിൽ ആഞ്ഞാഞ്ഞു വെട്ടി. ആദിഭൈരവന്റെയും അമ്മനവറു വിന്റെയും മാടം അശുദ്ധമായിരിക്കുന്നുവെന്നും ദൈവം കോപിച്ചിരിക്കു ന്നുവെന്നും വെളിച്ചപ്പാട് മാറ്റം കൊണ്ടു. മൂപ്പനും വാല്യക്കാരും ചേർന്ന് വെളിച്ചപ്പാടിനെ ശാന്തനാക്കി. മൂപ്പൻ തൊഴുകൈയോടെ നിന്നുകൊണ്ടു പറഞ്ഞു.

“എന്തുണ്ടെങ്കിലും അയ്ന് നമ്മക്ക് ഒരു പരിഹാരംണ്ടാക്കാം. ദൈവ ങ്ങള് മാപ്പാക്കണം.”

ഒന്നുകൂടി ഉറഞ്ഞു തുള്ളിക്കൊണ്ട് വെളിച്ചപ്പാട് ‘മയപോലെ ബന്നേയ്ന മഞ്ഞുപോലെ ആക്കിത്തര്ന്ന്ണ്ട്’ എന്നുരിയാടിക്കൊണ്ട് തിരു വായുധം ചെമ്പകമരത്തിൽ ചാരിവച്ചു.

കോട്ടയുടെ കിടങ്ങിൽ ഒരു കുഴികുഴിച്ച് മാലിംഗനെ മറവു ചെയ്തു. മൂപ്പന്റെ നേതൃത്വത്തിൽ ദിവസങ്ങളോളം നീണ്ട ചടങ്ങുകൾ നടന്നു. അതിനുശേഷമാണ് ആദിഭൈരവന്റെ മാടത്തിന്റെ മുറ്റത്ത് അങ്ങ് വടക്കു നിന്നുവന്ന ജ്യോത്സ്യൻ കവടി നിരത്തിയത്. ചക്ലിയ കോളനിയിൽ അന്നാരും പണിക്കു പോയില്ല. എല്ലാവരുടെയും കണ്ണുകൾ കവടിയിലാ യിരുന്നു. ജോത്സ്യർ അവർക്കറിയാത്ത ഭാഷയിൽ ശ്ലോകം ചൊല്ലി. കവ ടികളെ അങ്ങോട്ടുമിങ്ങോട്ടും നീക്കി. വൈകുന്നേരമാകുമ്പോഴേക്കും ജ്യോത്സ്യർ ഉറപ്പിച്ചു പറഞ്ഞു.

ആദിഭൈരവനും അമ്മനവറുവും അശുദ്ധി ബാധിച്ച പ്രദേശത്തു നിന്നും മാറി മറ്റൊരിടം തേടിപ്പോകാൻ ആഗ്രഹിക്കുന്നു. കോളനി വാസ യോഗ്യമല്ലാതായിരിക്കുന്നു.

പുലർകാലത്തെ നക്ഷത്രങ്ങളെ സാക്ഷിയാക്കി കുഞ്ഞുകുട്ടികള ടക്കം ഇരുപത്തിനാലുപേരുടെ ഒരുസംഘം ചക്ലിയ കോളനിയിൽനിന്ന് എങ്ങോട്ടെന്നില്ലാതെ ദേശാടനമാരംഭിച്ചു. ആദിഭൈരവന്റെയും അമ്മന വറുവിന്റെയും പ്രതിഷ്ഠ പട്ടുതുണിയിൽ പൊതിഞ്ഞ് മൂപ്പൻ കൈയിൽ വച്ചിരുന്നു. അരയിൽ ആചാരക്കത്തി തിരുകിയിരുന്നു. ആചാരവടി തോളിൽ ഇറുക്കിപ്പിടിച്ചിരുന്നു. വെളിച്ചപ്പാടിന്റെ കൈയിൽ തുരുമ്പുപി ടിച്ച തിരുവായുധമായിരുന്നു. ചിലർ തലയിൽ ചുമന്നിരുന്ന കൂടക ളിൽനിന്ന് കോഴികൾ ശാന്തിമന്ത്രമുരുവിടുന്നതുപോലെ ഇടയ്ക്കിടെ ഒച്ച വച്ചു. ചൂടിക്കയർ വരിഞ്ഞുകെട്ടിയ കട്ടിലായിരുന്നു ചിലരുടെ തലയിൽ. മറ്റുചിലരുടെ തലയിൽ അലുമിനിയ പാത്രങ്ങൾ. തുണിക്കെട്ടുകൾ. ഇച്ചാൽ ജീവിതവുമായി ബന്ധിപ്പിച്ചു നിർത്തിയ എല്ലാ സാധനങ്ങളു

മായി അവർ പ്രയാണം തുടരുകയാണ്. ഗാളിമുഖം കടന്ന് ജാൽസൂർ പിന്നിട്ട് അവർ മടിക്കേരിയിലെ കാപ്പിത്തോട്ടത്തിൽ വിലയം പ്രാപിക്കുമ്പോഴേക്കും സംഘത്തിലെ അംഗസംഖ്യ പതിനഞ്ചായി കുറഞ്ഞു. അതിൽ ചപ്പിലയും മകളും ഉണ്ടായിരുന്നില്ല. മൂപ്പനും വെളിച്ചപ്പാടും ഉണ്ടായിരുന്നില്ല.

ചപ്പിലയുടെ ആട്ടിൻകൂട്ടം ആദിഭൈരവന്റെയും അമ്മനവറുവിന്റെയും ഗുഡിയും, ചാളയിലെ കുത്തുവിളക്കും കുഴമ്പുമണക്കുന്ന പൊളിയടർന്ന പോയ പായയും കുറച്ചുകാലം കൂടി വെയിലും മഞ്ഞും മഴയുമേറ്റ് വഴിപോക്കരോടും ആട്ടിയന്മാരോടും ഇന്നലെയുടെ കഥ പറഞ്ഞുകൊണ്ടിരുന്നു. പിന്നെ മണ്ണോടു ചേർന്ന് ഒരടയാളവും ബാക്കിവയ്ക്കാതെ ഇല്ലാതായി.

കോട്ടയ്ക്കുള്ളിൽ കെട്ടിപ്പൊക്കിയ ബഹുനിലകളുള്ള 'ആദിഭൈരവ റസിഡൻസി'യുടെ മുമ്പിൽ ആ പഴയ പുലിക്കെണി ഒരുകോൺക്രീറ്റ് പ്ലാറ്റ്ഫോമിൽ ഉറപ്പിച്ചു നിർത്തിയിട്ടുണ്ട്. പല നിറങ്ങൾ കൊടുത്ത് അതിനെ ആകർഷകമാക്കിയിട്ടുണ്ട്. രാത്രികാലങ്ങളിൽ അതിനകത്ത് ചെറിയ ബൾബുകൾ കണ്ണുചിമ്മുകയും തുറക്കുകയും ചെയ്യുമ്പോൾ ഒരു പുലിയുടെ രൂപം തെളിയുകയും മായുകയും ചെയ്തു. പ്ലാറ്റ്ഫോമിലേക്കുകയറാൻ അഞ്ച് കൽപ്പടവുകളുണ്ട്. ആ പടവുകളിലൊന്നിൽ ഇരുപുറവും കണ്ണുകളുള്ള ആദിഭൈരവ റസിഡൻസിയുടെ സെക്യൂരിറ്റി എന്തിനും തയ്യാറായി എപ്പോഴും നില്ക്കുന്നതുകാണാം. റസിഡൻസിയിലെ അമ്മനവറു ഓഡിറ്റോറിയത്തിലാണ് ഇന്ത്യൻ ദേശീയതയെക്കുറിച്ചും അംബേദ്ക്കറുടെ അടിസ്ഥാനവർഗ്ഗ മോചനസങ്കല്പത്തെക്കുറിച്ചുമൊക്കെയുള്ള സെമിനാറുകൾ നടക്കുന്നത്. ഭാവി ആരുടേതാണ് എന്നതിൽ ഇപ്പോൾ ആർക്കും ഒരു സംശയത്തിനും ഇടയുണ്ടാവാൻ തരമില്ലെന്ന് ആരോ കോട്ടയുടെ ചുമരിൽ കുമ്മായം കൊണ്ടെഴുതി. റസിഡൻസി ഉടമയുടെ പരാതിയുടെ അടിസ്ഥാനത്തിൽ പൊലീസ് അത് മായ്ച്ചുകളയാൻ ഒരു ശ്രമം നടത്തി. ഓരോ ശ്രമത്തിലും അക്ഷരങ്ങൾ കൂടുതൽകൂടുതൽ തെളിഞ്ഞുവന്നു. ഇതേക്കുറിച്ചുനടന്ന അന്വേഷണത്തിൽ ചക്ലിയ കോളനിയിൽ നിർമ്മിച്ച കുമ്മായത്തിന് എതിർപ്പുകളെ അതിജീവിക്കാനുള്ള കഴിവുണ്ടെന്ന് കണ്ടെത്തി. അതേത്തുടർന്നാണ് നാട്ടിലെ എല്ലാ ചക്ലിയ കോളനിയിലും കുമ്മായ നിർമ്മാണം നിരോധിച്ചുകൊണ്ടുള്ള ഉത്തരവിറങ്ങിയതും. അമേരിക്കയിൽനിന്ന് കുമ്മായം ഇറക്കുമതിചെയ്യാൻ ഇരുരാജ്യങ്ങളും കരാറിൽ ഒപ്പിട്ടതും.

ജസ്റ്റിസ് ഫോർ ജിഷ

എന്തുതന്നെ സംഭവിച്ചാലും വോട്ടു ചെയ്യാൻ നാട്ടിലേക്കു വണ്ടി കയറുകതന്നെ ചെയ്യുമെന്ന ഉറച്ച തീരുമാനത്തിൽ നാരായണൻകുട്ടി എത്തിക്കഴിഞ്ഞിരുന്നു. തീരുമാനം ബോസിനെ, ഇതുവരെ അറിയിച്ചിട്ടില്ല. അതിനുപറ്റിയ സന്ദർഭം ഒത്തുകിട്ടിയിട്ടില്ല.

സാൾട്ട് ലെയ്ക്ക് സ്റ്റേഡിയത്തിനു പുറത്തെ ചെറിയൊരു കടയാണ് ബിഭാസ് ബാനർജിയുടേത്. 'ബ്രാഡ്മാൻ സ്പോർട്സ് വേൾഡ്' എന്ന വലിയ ബോർഡ് താങ്ങാനുള്ള ശേഷി ആ കടയ്ക്കുണ്ടായിരുന്നില്ല. എങ്കിലും ധാരാളം സാധനങ്ങൾ, അതും ഉയർന്ന കമ്പനിയുടെ ഗുണനിലവാരമുള്ള സാധനങ്ങൾ അതിനകത്ത് കൂട്ടിയിട്ടിട്ടുണ്ട്. കായിക ലോകവുമായി ബാനർജിക്കുള്ള ആത്മബന്ധമാണ് വലിയ കമ്പനികളുടെ നിലവാരമുള്ള ഉല്പന്നങ്ങൾ അയാൾക്കു ലഭിക്കാൻ കാരണം. സൗരവ് ഗാംഗുലിപോലും ബാനർജിക്കുവേണ്ടി ശുപാർശ ചെയ്തിട്ടുണ്ട് എന്നാണറിവ്. പറഞ്ഞിട്ടെന്തു കാര്യം! കട വിപുലീകരിക്കാനുള്ള ഒരുശ്രമവും അദ്ദേഹത്തിന്റെ ഭാഗത്തു നിന്നുണ്ടാവുന്നില്ല. സുഭാഷ് ചക്രവർത്തി മന്ത്രിയായിരുന്നപ്പോൾ ബാനർജിയുടെ കടയിൽ കയറി കാലിളകുന്ന മരക്കസേരയിലിരുന്ന് ഇങ്ങനെ പറഞ്ഞിട്ടുണ്ടത്രെ.

"ബിഭാസ്, നിനക്ക് ഈ കടയൊന്ന് വലുതാക്കിക്കൂടെ? ലക്ഷക്കണക്കിനു രൂപയുടെ സാധനങ്ങളല്ലേ ഇതിനകത്ത് കൂട്ടിയിട്ടിരിക്കുന്നത്! ഡിസ്പ്ലേ ചെയ്യാനുള്ള സൗകര്യം വേണ്ടേ? കോർപ്പറേഷന്റെ അനുമതിയുടെ പ്രശ്നമാണെങ്കിൽ പേടിക്കേണ്ട. ഞാൻ ശരിയാക്കിത്തരാം. ബിഷൻസിങ് ബേഡിയുടെയും ഇയാൻ ബോതമിന്റെയും ഉറ്റ സുഹൃത്തായ ബിഭാസിനെ സഹായിക്കാൻ കഴിയുന്നില്ലെങ്കിൽ പിന്നെ സ്പോർട്സ് മന്ത്രി യുവജനക്ഷേമവകുപ്പുമന്ത്രി എന്നൊക്കെപ്പറഞ്ഞ് ഞാൻ നടക്കുന്നതെന്തിന്? ഒസിം ദാസിനോട് ഞാൻ പറയാം. ധന

മന്ത്രിക്ക് സ്പോർട്സിൽ വലിയ കമ്പമാണ്. ബിഭാസിനെ നന്നായറിയാം.

ആരെന്തുപറഞ്ഞാലും ബിഭാസ് ചക്രവർത്തി ഗൂഢസ്മിതം പൊഴിച്ചുകൊണ്ടിരിക്കും. വിശാലമായ നെറ്റിയിൽ വീണു കിടക്കുന്ന നരച്ച തലമുടിയും വായിൽ അവശേഷിച്ച ഏതാനും പല്ലുകളും പ്രായമായിട്ടും തിളക്കം നഷ്ടപ്പെട്ടിട്ടില്ലാത്ത കണ്ണുകളും ആ ചിരിയിൽ പങ്കുചേരുന്നതു പോലെ തോന്നും. ഇത്തരം ഉപദേശങ്ങൾ എത്ര കാലമായി കേട്ടുകൊണ്ടിരിക്കുന്നു എന്ന് പറയാതെ പറയുന്നതുപോലെ. കായികലോകത്തെ ഒരു മഹാപ്രതിഭയാണെങ്കിലും ജോൺഅബ്രഹാമിനെപ്പോലെ, എഡ്മൺക്ലീൻ എന്ന നടനെപ്പോലെ ജീവിതത്തിൽ തീരെ അച്ചടക്കമില്ലാത്ത ഒരാളായിരുന്നു ബിഭാസ് ചക്രവർത്തി.

സ്റ്റേഡിയത്തോടനുബന്ധിച്ചുള്ള യൂത്ത് ഹോസ്റ്റലിൽ എന്നും നൂറു കണക്കിനാളുകൾ താമസക്കാരായുണ്ടാവും. സ്പോർട്സ് സ്കൂളിലെ കുട്ടികൾ, ഹ്രസ്വകാല കോച്ചിങ് ക്യാമ്പിൽ പങ്കെടുക്കാനെത്തുന്നവർ, ഈസ്റ്റ് സോൺ കൾച്ചറൽ സെന്ററിലെ പരിപാടി കാണാനെത്തുന്നവർ. എന്നിവരെക്കൊണ്ട് ഹോസ്റ്റലിലെ എല്ലാ മുറികളും ഡോർമിറ്ററികളും നിറഞ്ഞിരിക്കും. അവർക്കാവശ്യമുള്ള സ്പോർട്സ് ഐറ്റംസ്, ട്രാക്സ്യൂട്ടുകൾ, ലോകോത്തര കായിക പ്രതിഭകളുടെ ഫോട്ടോകൾ ആലേഖനം ചെയ്ത ടീ ഷർട്ടുകൾ, യോഗയൂണിഫോമുകൾ എല്ലാം ബ്രാഡ്മാനിൽ നിന്ന് വാങ്ങിക്കാം.

രഞ്ജി ട്രോഫിക്കുവേണ്ടി കളിക്കുന്നവർ ലീഗ് ഫുട്ബോൾ താരങ്ങൾ. പൂജാ ക്രിക്കറ്റിലെ പുതുതാരങ്ങൾ എന്നിവരെയെല്ലാം ബിഭാസ് ബാനർജി മനസ്സിന്റെ ഭിത്തിയിൽ വരഞ്ഞുവച്ചിട്ടുണ്ട്. അതിലെ സ്പാർക്കുകളെ എളുപ്പം കണ്ടെത്താനുള്ള പ്രത്യേക സിദ്ധി ബാനർജിക്കുണ്ട്. അവരിൽ ആരെങ്കിലും കടയിൽ കയറി വന്നാൽ ബാനർജി പേരെടുത്തുവിളിച്ചുകൊണ്ട് ഇങ്ങനെ പറയും.

“സന്തോഷമായി പ്രൊസൻജിത് ചൊക്രബർത്തി.... ഈയുള്ളവന്റെ ചെറിയ കടയിൽ കയറി വരാൻ സന്മനസ്സുണ്ടായതിൽ. എന്തുസാധനം വേണമെങ്കിലും എടുക്കാം. ലോക നിലവാരമുള്ള ഐറ്റംസ് എല്ലാം ഇതിനകത്തുണ്ട്.”

“അറിയാം. ബാനർജി ബാബു. ‘ബ്രാഡ്മാൻ സ്പോർട്സ് വേൾഡി’ന് ഒരു പരിചയപ്പെടുത്തലിന്റെ ആവശ്യമില്ലല്ലോ. ഒരുകാലത്തെ സ്പിൻ ത്രയങ്ങളായ ബേഡി-പ്രസന്ന-ചന്ദ്രശേഖർ മുതൽ ഇങ്ങേയറ്റത്തുനിന്നു നില്ക്കുന്ന ഒരു സാധാരണ കളിക്കാരനായ പ്രൊസൻജിത് ചൊക്രബർത്തി വരെ, ബിഭാസ്, ചൊക്രബർത്തിക്ക് ആരാണ് എന്താണ് എങ്ങനെയാണ് എന്നൊക്കെ വിശദമായറിയാം. കായിക രംഗത്തോടുള്ള താങ്കളുടെ പ്രതിബദ്ധതയ്ക്ക് ഒട്ടേറെ സാക്ഷ്യപത്രങ്ങൾ ഈ കടയിൽ തൂങ്ങിക്കിടക്കുന്നുണ്ടല്ലോ. ആദ്യമായി ലോകകപ്പ് നേടിയ ഇന്ത്യൻ ക്രിക്കറ്റ് ടീം ക്യാപ്റ്റന്റെ ചുമലിൽകൈവച്ചു നില്ക്കുന്ന ഈ ഫോട്ടോമതി ബാനർജിയുടെ ജീവിതം സാർത്ഥകമാവാൻ. കപിലിന്റെ കൈയിലുള്ള ബാറ്റിൽ കണ്ടില്ലേ ടീമംഗങ്ങൾ മുഴുവൻ ഒപ്പുവച്ചിട്ടുണ്ട്. ഈ ബാറ്റിപ്പോൾ ന്യൂഡൽഹിയിലെ ജവഹർലാൽ നെഹ്റു സ്റ്റേഡിയത്തിലെ

മ്യൂസിയത്തിലുണ്ട്. ഈയിടെ ഞാനവിടെ പോയപ്പോൾ ആ ബാറ്റ് കണ്ട് കോരിത്തരിച്ചുപോയി. എത്രസമയമാണ് ഞാനതിനടുത്ത് നിന്നതെന്ന് എനിക്കുതന്നെ നിശ്ചയമില്ല. എവിടെനിന്നോ അപരിമേയമായ ഊർജ്ജം സിരകളിലേക്ക് ഒഴുകിയെത്തുന്നതുപോലെ എനിക്കു തോന്നി. നിങ്ങൾ ഭാഗ്യവാൻ തന്നെ ബാനർജിബാബു!"

ബിഭാസ് അപ്പോഴും നിശ്ശബ്ദം ചിരിച്ചുകൊണ്ടിരുന്നു.

"നാരായണൻ കുട്ടീ.. പ്രൊസൻജിത് ചക്രബൊർത്തിക്ക് എന്താ വേണ്ടതെന്നു വച്ചാൽ എടുത്തുകൊടുക്ക്."

പത്തുപതിനായിരം രൂപയുടെ സാധനം എടുത്തുകെട്ടി വാഹനത്തിൽ കൊണ്ടുവയ്ക്കുന്നതിനിടയിൽ ജീൻസിന്റെ പോക്കറ്റിൽനിന്ന് ചെക്ക്ലീഫ് എടുക്കാൻ തുനിയുന്ന ചക്രവർത്തിയെ തടഞ്ഞുകൊണ്ട് ബാനർജി പറഞ്ഞു.

"ഇപ്പോൾ അതൊന്നും പുറത്തെടുക്കേണ്ട എനിക്ക് പ്രൊസിൻജിത്തിനോട് ഒരു കാര്യം പറയാനുണ്ട്. രണ്ടു കല്യാണം കഴിക്കരുത്. ഒന്നുകിൽ ക്രിക്കറ്റ് അല്ലെങ്കിൽ ഫുട്ബോൾ. ഏതെങ്കിലും ഒന്നു മതി. ഫ്രാൻസിലെ യൂത്ത് അക്കാദമിയിൽ ഫുട്ബോൾ പരിശീലനത്തിനായി ഇന്ത്യയിൽ നിന്നു തെരഞ്ഞെടുക്കപ്പെട്ടവരിൽ ഒരാൾ താങ്കളാണെന്നാണ് എനിക്കു കിട്ടിയ വിവരം. ഔദ്യോഗിക അറിയിപ്പിറങ്ങാൻ ഇനിയും രണ്ടാഴ്ച പിടിക്കും. പക്ഷേ, എന്റെ അഭിപ്രായം നിങ്ങൾ ക്രിക്കറ്റിനെ പ്രണയിക്കണം എന്നാണ്. ഓൾറൗണ്ടർമാരുടെ ദാരിദ്ര്യം ക്രിക്കറ്റ് ഇന്ത്യക്ക് താങ്ങാവുന്നതിനും അപ്പുറമാണ്. കപിൽദേവിനു പകരംവയ്ക്കാൻ നമുക്കിന്നുവരെ ഒരാളെ കിട്ടിയിട്ടില്ല. എന്തിന് കപിൽദേവ്, ലോകകപ്പ് നേടിയ മൊഹീന്ദർ അമർനാഥിന്റെ പ്രകടനം എന്തായിരുന്നു! ഹോ! അവിശ്വസനീയം! അതുകൊണ്ട് പുതിയ ബോളിനെ നേരിടാനുള്ള താങ്കളുടെ കരുത്തും പുതിയ ബോളിൽ താങ്കൾ കാണിക്കുന്ന വേഗവും കൃത്യതയും വൈവിദ്ധ്യവും ഇന്ത്യൻക്രിക്കറ്റിന് ആവശ്യമുണ്ട്."

സൗജന്യമായി കിട്ടിയ സ്പോർട്സ് സാമഗ്രികളും വിലമതിക്കാനാവാത്ത ഉപദേശവുമായി ചക്രവർത്തി വണ്ടിയോടിച്ചു പോയി. ഇങ്ങനെ പ്രതിഭയുടെ മുദ്രപതിഞ്ഞ ഏതൊരു കളിക്കാരനും തന്റെ ഹൃദയം പോലും നല്കാൻ ബിഭാസ് ബാനർജി തയ്യാറാണ്. അതുകൊണ്ട് സംഭവിക്കുന്നതോ പുതിയ സാധനങ്ങൾക്ക് ഓഡർചെയ്യേണ്ടിവരുമ്പോൾ ഡിഡി അയക്കാൻ സുഹൃത്തുക്കളുടെ മുമ്പിൽ കൈനീട്ടേണ്ടിവരും. ചിലർ ഒഴിഞ്ഞു മാറും. മറ്റു ചിലർ സഹായിക്കും. വാങ്ങിച്ചത് തിരിച്ചുകൊടുക്കാൻ പിന്നെയും ബുദ്ധിമുട്ടും.

പാർട്ണറില്ലാത്ത ബാറ്റ്സ്മാനായിരുന്നു ബാനർജി. ക്രീസിലെ ഓട്ടത്തിനിടയിൽ പെണ്ണുകെട്ടാൻ മറന്നുപോയി. വീട്ടിൽ തനിച്ചാണ്. നല്ലൊരു പാചകക്കാരനാണ്. സ്വാദുള്ള ഭക്ഷണമുണ്ടാക്കും. ഇടയ്ക്ക് നാരായണൻ കുട്ടിയെ ക്ഷണിക്കും.

"ഇങ്ങനെ എത്ര കാലം ഒറ്റയ്ക്ക്.."

നാരായണൻകുട്ടി ചോദിക്കാതിരുന്നില്ല.

"ബൗണ്ടറി ലൈനിനടുത്ത് വായുവിൽ പറന്നുപിടിക്കാൻ കഴിവുള്ള

അദൃശ്യനായൊരു ഫീൽഡർ എന്നെയും നിങ്ങളെയും കാത്ത് നില്ക്കുന്നുണ്ട്. നാരായൺകുട്ടീ.... അയാളുടെ കൈയിൽ നമ്മൾ ഒരുദിവസം കുടുങ്ങും. അതുവരെ ഇങ്ങനെയൊക്കെ പോവും."

ഇത്രയും പറഞ്ഞ് അയാൾ ഒരുചിരിയിൽ എല്ലാ സങ്കടങ്ങളും മറച്ചുവയ്ക്കും. പഴയ രഞ്ജി പ്ലെയറായിരുന്നു. മിഡിൽ ഓഡർ ബാറ്റ്സ്മാൻ. ഒറ്റയ്ക്ക് കളി ജയിപ്പിക്കാൻ ശേഷിയുള്ള കളിക്കാരൻ. സ്ലിപ്പിലെ ഫീൽഡിങ് അത്ഭുതകരമായിരുന്നു. പൊക്കാൻ ആളില്ലാത്തതുകൊണ്ട് വളരാൻ കഴിഞ്ഞില്ല. ജീവിക്കാൻ കണ്ടെത്തിയ വഴിയായിരുന്നു. 'ബ്രാഡ്മാൻ സ്പോർട്സ് വേൾഡ്.'

കാര്യങ്ങൾ ഇങ്ങനെയൊക്കെയാണെങ്കിലും എല്ലാ മാസവും ഒന്നാം തീയതി മുടങ്ങാതെ നാരായണൻകുട്ടിക്ക് ശമ്പളം നല്കുന്നതിൽ ബാനർജി പ്രത്യേകം ശ്രദ്ധ പതിപ്പിച്ചു. ഉടൻ ആ തുക നാട്ടിലേക്കെയച്ചെങ്കിലായി, ഇല്ലെങ്കിൽ രണ്ടുദിവസം കഴിയുമ്പോൾ ബാനർജി ചോദിക്കും.

"നാരായണൻകുട്ടീ ശമ്പളം കിട്ടിയ വകയിൽ വല്ലതും ബാക്കിയിരിപ്പുണ്ടോ നാലോ അഞ്ചോ ഉണ്ടെങ്കിൽ... വേഗം തിരിച്ചുതരാം."

എത്രയോ തവണ കൊടുത്തു. തിരിച്ചു കിട്ടുക അപൂർവ്വമാണ്. അതിൽ നാരായണൻകുട്ടിക്ക് ഒരു വിഷമവും തോന്നാറില്ല. ബാനർജി ചെലവഴിക്കുന്നതെല്ലാം കായിക പ്രതിഭകൾക്കുവേണ്ടിയാണെന്ന് അവന് നന്നായറിയാം. സ്വന്തമായി ഒന്നും ഉണ്ടാക്കിയിട്ടില്ല. ഒരു ദുശ്ശീലത്തിനും അടിമയായിട്ടില്ല.

ബാനർജിയുടേതിൽനിന്നും വ്യത്യസ്തമായിരുന്നില്ല നാരായണൻകുട്ടിയുടെ ജീവിതവും. നാട്ടിൽ റെഡ്സ്റ്റാർ ക്ലബ്ബിന്റെ സെക്രട്ടറിയും ക്രിക്കറ്റ് ടീമിന്റെ ക്യാപ്റ്റനുമായിരുന്നു. ഒരു അഭിമാനപ്പോരാട്ടത്തിൽ ബ്ലൂ സ്റ്റാർ ക്ലബ്ബിനോട് പത്തുവിക്കറ്റിന് തോറ്റുപോയി. അന്നുരാത്രി നാടുവിട്ടതാണ്. ആരോടും ഒന്നുംപറഞ്ഞില്ല. വലിയൊരു ക്രിക്കറ്ററായിട്ടേ നാട്ടിലേക്കുള്ളൂവെന്നായിരുന്നു പ്രതിജ്ഞ. മുംബൈയിലെത്തി. ഒരു ജോലിക്കുവേണ്ടി കുറേ വാതിലിൽ മുട്ടി. ഒന്നും ശരിപ്പെട്ടില്ല. മലയാളികൾ നടത്തുന്ന ആദർശ വിദ്യാലയത്തിൽ പ്രിൻസിപ്പാളിന്റെ സഹായിയായി ഒരു മാസം ജോലി ചെയ്തു. ലക്ഷ്യവുമായി പൊരുത്തപ്പെടാത്ത ജോലി. രാവിലെ എട്ടുമണിക്കു ജോലി തുടങ്ങിയാൽ വൈകുന്നേരം ആറുമണി വരെ തിരക്കോടു തിരക്കുതന്നെ. ആകെ അവധി കിട്ടുന്ന ഞായറാഴ്ചയാണെങ്കിൽ പ്രിൻസിപ്പാളിന്റെ കൂടെ '*ദേശാഭിമാനി*ക്ക് വരിക്കാരെ ചേർക്കൽ, കുടിശ്ശിക പിരിക്കൽ ഇത്യാദി ജോലികൾ. ക്രിക്കറ്ററാകുന്നതുപോകട്ടെ ഒരു വൺഡേ മാച്ചെങ്കിലും കാണാൻ കഴിയാത്ത അവസ്ഥ. എങ്കിലും പ്രിൻസിപ്പാളിന്റെ കണ്ണുവെട്ടിച്ച് സച്ചിൻടെണ്ടുൽക്കറിന്റെ വീടിനു മുമ്പിലൂടെ രണ്ടുമൂന്നു വട്ടം നടന്നു. ഓരോ എൻട്രൻസിലും കാവല്ക്കാരുണ്ട്. അവർ കരുണ കാണിച്ചില്ല. ഒരിക്കൽ ഭാഗ്യവശാൽ സച്ചിനെ ഫോണിൽ കിട്ടി. അയാം നാരായണൻകുട്ടി... ഓഫ്സ്പിന്നർ ഓഫ് കേരള.... എന്ന് നെഞ്ചിടിപ്പോടെ തട്ടിവിട്ടപ്പോഴേക്കും അയാൾ ഫോൺ കട്ട് ചെയ്തുകളഞ്ഞു. പ്രതീക്ഷയെല്ലാം അറ്റുപോയി. മുംബൈ

യിൽനിന്ന് ലക്ഷ്യത്തിലെത്താൻ കഴിയില്ലെന്ന് മനസ്സിലായതോടെ കൊൽക്കത്തയിലേക്ക് വണ്ടികയറി. ഈഡൻ ഗാർഡൻ സ്റ്റേഡിയം എന്നു പറഞ്ഞാണ് ഓട്ടോയിൽ കയറിയത്. ഇറക്കിവിട്ടത് സാൾട് ലെയ്ക് സ്റ്റേഡിയത്തിൽ. തളർന്നില്ല. മോഹൻ ബഗാനും മുഹമ്മദൻസും തമ്മിലുള്ള മത്സരം സ്റ്റേഡിയത്തിനകത്ത് നടക്കുകയാണ്. ടിക്കറ്റെടുത്തു. കളികണ്ടു. സുഭാഷ് ഭൗമിക്കിനെപ്പോലെ പ്രശസ്തരായ കളിക്കാരെ നേരിൽക്കാണാൻ കഴിഞ്ഞു. പക്ഷേ, ഇന്ത്യൻ ഫുട്ബോൾ നാരായൺകുട്ടിയെ എന്നും നിരാശനാക്കിയിട്ടേ ഉള്ളൂ. വലയ്ക്കു പുറത്തേക്ക് പന്തടിച്ചകറ്റുന്നതിൽ വിദഗ്ധർ. സ്വന്തം കാലിൽ പന്ത് എത്രസമയം സൂക്ഷിക്കാമെന്നും പിന്നെ എതിരാളിക്കതെങ്ങനെ ദാനം ചെയ്യാമെന്നും പഠിപ്പിച്ചു കൊടുക്കുന്ന കളിക്കൂട്ടം. ഫൈനൽ വിസിൽ മുഴങ്ങി. കാണികൾ പുറത്തേക്കൊഴുകി. ഇനിയങ്ങോട്ട് എന്ന് ഒരു നിശ്ചയവുമില്ലാതെ ഒഴുക്കിലൂടെ നാരായണൻ കുട്ടി പുറത്തെത്തി. വാഹനങ്ങളെല്ലാം പലവഴികളിലൂടെ കടന്നുപോയി. പരിസരം ഏതാണ്ട് ശൂന്യമായി. അപ്പോഴാണ് നാരായണൻ കുട്ടിയുടെ കണ്ണിൽ ഒരു ബോർഡ് പതിഞ്ഞത്. 'ബ്രാഡ്മാൻ സ്പോർട്സ് വേൾഡ്' അവൻ പതുക്കെ അങ്ങോട്ട് നടന്നു. കളികണ്ടിറങ്ങിയ ചിലർ കടയിൽ കയറിയതിന്റെ തിരക്കുണ്ടായിരുന്നു. ചുമരിൽതൂക്കിയിട്ട ഫോട്ടോകളിലൂടെ നാരായണൻകുട്ടി കണ്ണോടിച്ചു. അടുത്തുനിന്ന് സൂക്ഷിച്ചു നോക്കി. പട്ടോഡിയെ ആദ്യം തിരിച്ചറിഞ്ഞില്ല. ബ്രിജേഷ് പട്ടേലിനെ ഒട്ടൊരു കൗതുകത്തോടെ അവൻ നോക്കി. ഹീറോ ഇൻ രഞ്ജി സീറോ ഇൻ ടെസ്റ്റ്. ഏതോ കളിയെഴുത്തുകാരൻ പട്ടേലിനെക്കുറിച്ചെഴുതിയത് നാരായണൻ കുട്ടി ഓർത്തു. ആളുകളെല്ലാം ഒഴിഞ്ഞുപോയിട്ടും അവന്റെ ശ്രദ്ധ ഫോട്ടോയിൽ തന്നെയായിരുന്നു.

"എന്താ വേണ്ടത്?"

ബാനർജി ചോദിച്ചു.

"ഒന്നും വേണ്ട."

നാരായൺകുട്ടി പറഞ്ഞു.

"എങ്ങോട്ടാ പോകേണ്ടത്?"

"അറിയില്ല."

ബാനർജി തന്റെ മുഖത്തേക്ക് സൂക്ഷിച്ചു നോക്കുന്നതുകണ്ട് അവൻ ഒന്നുകൂടി പറഞ്ഞു.

"സത്യമായും അറിയില്ല."

"എവിടന്നാ വരവ്?" അതറിയാതിരിക്കാൻ വഴിയില്ല.

"മുംബൈയിൽനിന്ന്. പക്ഷേ, എന്റെ നാടും വീടും കേരളത്തിൽ. ഒരുജോലിക്കു വേണ്ടി നാടുവിട്ടു. മുംബൈ മുഴുവൻ തെണ്ടി. കിട്ടിയില്ല. നേരെ ഇങ്ങോട്ടു വണ്ടി കയറി. നിങ്ങളുടെ കടയിൽ എനിക്ക് ഒരു ജോലി തരുമോ? ചെറിയ ശമ്പളം മതി." ഒറ്റശ്വാസത്തിൽ അവൻ എല്ലാം പറഞ്ഞു തീർത്തു.

"എന്താ പേര്?"

"നാരായൺ കുട്ടി."

"ഇതൊരു ചെറിയ കടയല്ലേ നാരായൺകുട്ടീ. എനിക്ക് ചെയ്യാവുന്ന

ജോലിയെ ഇതിനകത്തുള്ളൂ."

"എന്നെ ഇറക്കി വിടരുത്. തെണ്ടിപ്പോവും."

നാരായണൻ കുട്ടിയുടെ ശബ്ദം ഇടറി.

"ആട്ടെ. കേരളത്തിൽ നിന്നാണെന്നല്ലേ പറഞ്ഞത്?"

"അതെ."

"എങ്കിൽപറ. ഇന്ത്യൻ ക്രിക്കറ്റ് ടീമിനുവേണ്ടി കളിച്ച ആദ്യത്തെ കേരളക്കാരൻ ആര്? ഉത്തരം ശരിയാണെങ്കിൽ ഇവിടെ കൂടാം. ഇല്ലെങ്കിൽ കോറമണ്ടൽ എക്സ്പ്രസിന് തിരിച്ചു പോകാം."

നൂറ്റിനാല്പത് പ്ലസ് സ്പീഡിൽ വരുന്ന ബോളിനെ മാക്സിമത്തിലേക്ക് അടിച്ചകറ്റുന്ന ബാറ്റ്സ്മാനെപ്പോലെ നാരായണൻകുട്ടി പറഞ്ഞു.

വി നാരായണസ്വാമി. വി എൻ സ്വാമി 1955 ൽ ന്യൂസ്ലാന്റിനെതിരെ കളിച്ചു. വലം കൈയൻ പെയ്സ് ബൗളർ. ഹൈദരാബാദിൽ വച്ചായിരുന്നു കളി.

ബാനർജിയുടെ മുഖം പ്രകാശമാനമായി.

"മിടുക്കൻ! മറ്റേതെങ്കിലും ജോലി ശരിയാവുന്നതുവരെ ഇവിടെ നിന്നോളൂ. കുറച്ചുകഴിഞ്ഞ് കടയടച്ച് ഞാൻ വീട്ടിൽപോകും. ഇതിനകത്തൊരു മടക്കുകട്ടിലുണ്ട്. നീയതെടുത്ത് ഹോസ്റ്റൽ വരാന്തയിലിട്ട് കിടന്നോളൂ. അവിടെ ഒരു കാന്റീനുണ്ട്. ഭക്ഷണം അവിടന്ന് കഴിച്ചോളൂ. ഞാൻ പറയാം. കുളിക്കാനുള്ള എല്ലാ സൗകര്യവും ഹോസ്റ്റലിനകത്തുണ്ട്. പേടിക്കേണ്ട. എല്ലാവരും എന്റെ സുഹൃത്തുക്കളാ."

ചുരുങ്ങിയ ദിവസത്തിനുള്ളിൽതന്നെ നാരായണൻ കുട്ടി യൂത്ത് ഹോസ്റ്റലിലെ ഉദ്യോഗസ്ഥർക്കും കാന്റീൻ നടത്തിപ്പുകാർക്കും ഹോസ്റ്റൽ അന്തേവാസികൾക്കും പ്രിയങ്കരനായി. ഒഴിവുദിവസങ്ങളിൽ ബാനർജി അവനെ ഈഡൻ ഗാർഡനിൽ കൊണ്ടുപോയി. പ്രമുഖ കളിക്കാരുമായി പരിചയപ്പെട്ടു. നെറ്റ് പ്രാക്റ്റീസ് സമയത്ത് ബൗൾ ചെയ്യാനുള്ള അവസരവും അവന് കൈവന്നു. ഓഫ് സ്പിന്നർമാർക്ക് ക്ഷാമമില്ലാത്തതുകൊണ്ട് ടീമിലൊന്നും കയറിപ്പറ്റാൻ കഴിഞ്ഞില്ല. പേസ് ബൗളറായിരുന്നെങ്കിൽ നാരായണൻകുട്ടിയുടെ പേര് ഫിറോസ്ഷാ കോട്ലയിലേക്കോ വാംഖഡെ സ്റ്റേഡിയത്തിലേക്കോ, ഭാഗ്യം കൂടി കനിഞ്ഞാൽ ലോഡ്സിലേക്കോ നീളുമായിരുന്നു. അതുണ്ടായില്ല.

കായികതാരങ്ങളും തെരുവു നായ്ക്കളും ഒരുമിച്ചാണ് കാന്റീനിൽ നിരങ്ങുന്നതെങ്കിലും രാത്രി മുഴുവൻ മനുഷ്യർ കൊതുകിന്റെ ഭക്ഷണമാകുന്നുണ്ടെങ്കിലും സാൾട് ലെയ്കിലെ ജീവിതം നാരായണൻകുട്ടിക്ക് നന്നേ ഇഷ്ടപ്പെട്ടു. തറയും ചുമരും വരാന്തയുമെല്ലാം മുറുക്കിത്തുപ്പി നാശമാക്കുന്നുണ്ടെങ്കിലും ആവശ്യത്തിനും അനാവശ്യത്തിനും മനുഷ്യൻ വല്ലാതെ ഒച്ചവയ്ക്കുന്നുണ്ടെങ്കിലും സാൾട് ലെയ്ക് നാരായണൻ കുട്ടിയുടെ സ്വന്തം വീടായി. ബിഭാസ് ബാനർജിക്കു ലഭിക്കുന്ന പാസിന്റെ ബലത്തിൽ ഈഡൻ ഗാർഡനിലെ കളികാണാം. ഹൗറപാലത്തിലെ സൂര്യാസ്തമയം കാണാം. രവീന്ദ്രനാഥ ടാഗോറിന്റെ പാദങ്ങൾ പതിഞ്ഞ വീട്ടുമുറ്റവും നാടകശാലയും കാണാം. ജീവിതം ശരിക്കും ആസ്വദിക്കുകയാണ് നാരായണൻകുട്ടി.

പാർലമെന്റ് തിരഞ്ഞെടുപ്പ് അടുത്തുവരുന്നു. വോട്ടുചെയ്യാൻ നാട്ടിലേക്കു പോകണമെന്ന് നാരായണൻകുട്ടി ബാനർജിയോട് പറഞ്ഞു. പക്ഷേ, ഉചിതമായ സന്ദർഭത്തിലല്ല അനുവാദം ചോദിച്ചതെന്ന് നാരായണൻകുട്ടിക്കു മനസ്സിലായി. ടീം ഇന്ത്യ കനത്ത തോല്വി ഏറ്റുവാങ്ങി തലതാഴ്ത്തി ഡ്രസിങ് റൂമിലേക്ക് നടന്നു പോകുന്നതിനിടയിലായിരുന്നു അവൻ ബാനർജിയുടെ മുമ്പിൽ ആവശ്യം ഉന്നയിച്ചത്. ഷോക്കേറ്റതുപോലെ ടി വി സ്ക്രീനിലേക്കുതന്നെ നോക്കിയിരിക്കുകയായിരുന്നു ബാനർജി. ബാനർജി കേൾക്കാതിരിക്കുകയോ കേട്ടില്ലെന്ന് നടിക്കുകയോ ചെയ്തു. രണ്ടാമത്തെ അറ്റംപ്റ്റിൽ അയാൾ നാരായണൻകുട്ടിയെ സിക്സറിന് തൂക്കി. സ്റ്റേഡിയംതന്നെ പൊട്ടിത്തെറിച്ചതുപോലെ.

നാരായണൻകുട്ടീ... എനിക്ക് ചെവികേൾക്കാം. നന്നായി കേൾക്കാം. ഒരു കാര്യം രണ്ടുതവണ പറയണ്ട. പന്ത് കൈയിൽനിന്ന് വായുവിലേക്കു പറക്കുന്നതിനു മുമ്പുതന്നെ ഓഫ് സ്റ്റമ്പിലേക്കാണോ ലെഗ് സ്റ്റമ്പിലേക്കാണോ ഫുൾടോസാണോ ബൗൺസറാണോ എന്നു മനസ്സിലാക്കാൻ എനിക്കിന്നും ഒരു പ്രയാസവുമില്ല. ടെസ്റ്റിലും വൺഡെയിലും ട്വന്റി ട്വന്റിയിലും ഒരു റണ്ണിന്റെ മാർജിനിൽ കളി ജയിക്കുകയോ തോല്ക്കുകയോ ചെയ്തിട്ടുണ്ട്. എന്നാൽ പാർലമെന്റ് തിരഞ്ഞെടുപ്പിന്റെ ചരിത്രത്തിലിന്നുവരെ ഒരു സ്ഥാനാർത്ഥിയും ഒരു വോട്ടിന് ജയിക്കുകയോ തോല്ക്കുകയോ ചെയ്തിട്ടില്ല. അതുകൊണ്ട് നിന്റെ ഒരു വോട്ടിന് വലിയ വിലയൊന്നുമില്ല. പണിയെടുത്തുകിട്ടുന്ന പണം വെറുതെ റെയിൽവേയെക്കൊണ്ട് തീറ്റിക്കേണ്ട.

ആ തെറ്റ് മേലിൽ ആവർത്തിക്കില്ലെന്ന് അന്നുതന്നെ നാരായണൻകുട്ടി തീരുമാനിച്ചു കഴിഞ്ഞിരുന്നു. അതുകൊണ്ട് നിയമസഭാ തിരഞ്ഞെടുപ്പിന് ഉചിതമായ സന്ദർഭത്തിനുവേണ്ടി നാരായണൻകുട്ടി കാത്തിരുന്നു.

സ്റ്റേഡിയത്തിലെ ഫ്ളഡ് ലൈറ്റുകൾ കണ്ണുചിമ്മിയിട്ടില്ല. പ്രാദേശിക ക്ലബ്ബുകൾ തമ്മിലുള്ള കളിയായിരിക്കണം. പുറത്ത് വാഹനങ്ങൾ നന്നേ കുറവ്. പുൽത്തകിടിയിലെ നിറഞ്ഞവെളിച്ചത്തിൽ തെരുവു നായ്ക്കൾ കടിപിടികൂടുകയാണ്. കടകൾ ഒന്നൊന്നായി അടഞ്ഞുകൊണ്ടിരിക്കുന്നു.

ബിഭാസ് ബാനർജി ടി വി ഓൺചെയ്ത് കാലിളകിയ മരക്കസേരയിൽ ഇരുപ്പുറപ്പിച്ചുകഴിഞ്ഞു. ലോക കപ്പിലെ നിർണ്ണായകമായ കളിയാണ്. മൊഹാലിയാണ് ഗ്രൗണ്ട്. റണ്ണൊഴുകാൻ സാദ്ധ്യതയുണ്ട്. നാണയം ബാറ്റിങ്ങിലേക്കാണ് കൊണ്ടെത്തിക്കുന്നതെങ്കിൽ ഇരുന്നൂറ് റൺസെങ്കിലും സ്കോർ ചെയ്യേണ്ടിവരുമെന്ന് ബാനർജി ആരോടെന്നില്ലാതെ പറഞ്ഞു. അതിൽ കുറഞ്ഞ റൺസ് അത്ര സെയ്ഫല്ല.

ഇതാ, കളി തുടങ്ങിക്കഴിഞ്ഞു. ഓസ്ട്രേലിയക്കാണ് ബാറ്റിങ് ഒരു തരത്തിൽ അത് നന്നായെന്ന് ബാനർജി പറഞ്ഞു. പിന്തുടർന്ന് ജയിക്കാൻ കഴിവുള്ള കോഹ്ലിയും ധോണിയും ഉള്ളിടത്തോളം അതാണ് നല്ലത്.

"പിച്ച് വേഗം കുറഞ്ഞതാണല്ലോ നാരായണൻകുട്ടീ.... ബാറ്റിലേക്ക് പന്ത് സുഗമമായി എത്തുന്നില്ല. ഗ്രൗണ്ട് വലിയതായതുകൊണ്ട് അബദ്ധത്തിൽ ബാറ്റിൽ തട്ടിത്തെറിക്കുന്ന പന്തുകൾ ബൗണ്ടറിയിലെത്താനുള്ള സാദ്ധ്യതയും കുറവ്. മാത്രമല്ല ഓസീസിന് മികച്ച സ്പിന്നർമാരു

മില്ല. സാദ്ധ്യതയുണ്ട്. നാരായണൻകുട്ടീ. കോഹ്‌ലി കളി ജയിപ്പിക്കും നോയ്ക്കോ."

നൂറ്ററുപതിൽ ഓസീസ് അവസാനിച്ചു. ബാനർജിയുടെ സന്തോഷത്തിന് അതിരില്ലായിരുന്നു. പക്ഷേ, ആ സന്തോഷം അധികനേരം നീണ്ടുനിന്നില്ല. മറുപടി ബാറ്റിങ്ങിനിറങ്ങിയ ഇന്ത്യ പത്തോവർ കഴിയുമ്പോൾത്തന്നെ അടിച്ചെടുക്കേണ്ട റൺ നിരക്ക് രണ്ടക്കത്തിലെത്തി. ധവാനും രോഹിതും റെയ്നയും മടങ്ങി. കാൽക്കുഴയിൽ പരിക്കേറ്റ് യുവരാജ് റിട്ടയർ ചെയ്തു.

"ശ്ശൊ! എല്ലാം തുലച്ചുകളഞ്ഞു. നാശം!" ഇളകുന്ന കസേരക്കാലിൽ ആഞ്ഞടിച്ച് ബാനർജി എഴുന്നേറ്റു.

"സ്ഥിരത എന്നൊരു ഗുണം ഈ ധവാന്റെയും രോഹിതിന്റെയും കരിയറിൽ ഇന്നുവരെ ഉണ്ടായിട്ടില്ല. മാത്രമല്ല എന്നെങ്കിലും നന്നായി കളിച്ചോ അന്ന് ടീം തോല്ക്കുകയും ചെയ്യും."

വാലിനു തീ പിടിച്ച സിംഹത്തെപ്പോലെ ബാനർജി വെപ്രാളപ്പെട്ടു.

"ഒന്ന് ശാന്തനായിരിക്ക് ഭായ്സാബ്. കോഹ്‌ലിയും ധോണിയും ചേർന്ന് കളി ജയിപ്പിക്കും." നാരായണൻകുട്ടി പറഞ്ഞു.

"ങും ജയിച്ചതുതന്നെ. കണ്ടില്ലേ സാംബ നന്നായി പന്തെറിയുന്നത്."

ബാനർജിയുടെ പ്രതീക്ഷ നശിച്ചു.

"ഭായ്സാബ് ഈ കളി ജയിച്ചാൽ നിങ്ങളെന്നെ വോട്ടുചെയ്യാൻ കേരളത്തിലേക്കുപോകാൻ അനുവദിക്കോ?"

"എന്താ സംശയം! കളി ജയിച്ചാൽ നീ നാളെത്തന്നെ ഹൗറയിൽ ചെന്ന് ടിക്കറ്റ് റിസർവ്വ് ചെയ്തോ. അല്ലെങ്കിൽ വേണ്ട, ഇവിടെ റിസപ്ഷനിൽ പറഞ്ഞാൽ അവർ ടിക്കറ്റ് ശരിയാക്കിത്തരും. ഞാൻ പറയാം. വേണമെങ്കിൽ എ സിയിൽ പൊയ്ക്കോ."

"എങ്കിൽ ഭായ്സാബ് ആ കസേരയിൽ ചെന്നിരിക്ക്. കളി ഇന്ത്യ ജയിക്കും. സെമിഫൈനലിൽ വെസ്റ്റിന്റീസിനെ നേരിടും."

ബാനർജി വീണ്ടും കസേരയിൽ ഇരിപ്പുറപ്പിച്ചു. ചതുരംഗപ്പലകയിലെ അതിസമർത്ഥമായ നീക്കങ്ങൾ കാണുന്നതുപോലെ സ്മിത്തിന്റെ പദ്ധതികളെല്ലാം തകർത്തുകൊണ്ട് കോഹ്‌ലി ഗ്യാപ്പ് കണ്ടെത്തുന്നത് വിടർന്ന കണ്ണുകളോടെ ബാനർജി നോക്കിയിരുന്നു. വിക്കറ്റുകൾക്കിടയിലൂടെയുള്ള ധോണിയുടെയും കോഹ്‌ലിയുടെയും ഓട്ടം കണ്ട് അയാൾ ആർത്തുവിളിച്ചു. മൂന്നോവറിൽ മുപ്പത്തൊൻപത് റൺസ് വേണ്ടിടത്തു നിന്ന് അവസാന ഓവറിൽ വെറും നാല് റൺസ് മതി എന്ന നിലയിലേക്ക് കളിയുടെ തിരക്കഥ കോഹ്‌ലി മാറ്റിയെഴുതുന്നതുകണ്ട് "ഗ്രെയ്റ്റ്... ഗ്രെയ്റ്റ് ഇന്നിങ്സ്" എന്നലറിക്കൊണ്ട് നാരായണൻകുട്ടിയെ കെട്ടിപ്പിടിച്ചുകൊണ്ട് ബാനർജി ഉറക്കെ പറഞ്ഞു.

"കോഹ്‌ലി ഇന്ത്യയുടെ അഭിമാനം. പക്ഷേ, ഒരു കാര്യം ക്രിക്കറ്റിനെ മാത്രമേ പ്രേമിക്കാവൂ. ഇല്ലെങ്കിൽ നിങ്ങളുടെ നാട്ടുകാരനെപ്പോലെ ആയിപ്പോകും."

വണ്ടിയിൽ നാരായണൻകുട്ടിക്ക് കടുത്ത ഏകാന്തത അനുഭവപ്പെട്ടു. തിങ്ങി നിറഞ്ഞ സ്റ്റേഡിയത്തിൽ ഓപ്പൺ ചെയ്യാനിറങ്ങുന്ന ഓപ്പണറുടെ

ഏകാന്തത. സ്ലിപ്പിൽ ഫീൽഡു ചെയ്യുന്ന ഏക്നാഥ് സോൾക്കർ അനുഭവിച്ച ഏകാന്തത. എല്ലാ സീറ്റുകളിലും ആളുണ്ടായിരുന്നെങ്കിലും ആരും രാഷ്ട്രീയം സംസാരിക്കാൻ കൂട്ടാക്കിയില്ല. പ്രൊമോഷൻ, സ്കെയിൽ ഓഫ് പേ, ഷെയർ മാർക്കറ്റ്, ഭാര്യ, മക്കൾ, തറവാട് എന്നീ വിഷയങ്ങളുടെ കുറ്റിയിൽ കെട്ടിയിട്ട മാടുകളെപ്പോലെ കറങ്ങുകയാണ് ഓരോരുത്തരും.

നാരായണൻകുട്ടി പുറത്തേക്കു നോക്കിയിരുന്നു. ജനവാസമില്ലാത്ത, നിരപ്പായ, അപാരതയെ പുണർന്നുനില്ക്കുന്ന ഭൂവിഭാഗങ്ങളിലൂടെ കൊട്ടിപ്പാടിക്കൊണ്ട് വണ്ടി കുതിക്കുകയാണ്. കത്തുന്ന വെയിലിൽനിന്നു രക്ഷപ്പെടാൻ ചെമ്മരിയാട്ടിൻ കൂട്ടങ്ങൾ മരത്തണലിൽക്കൂടി നില്ക്കുന്നു. ഓരോ കൂട്ടത്തിന്റെയും രക്ഷകരായി നീണ്ടു മെല്ലിച്ച അസ്ഥികൂടംപോലുള്ള മനുഷ്യർ തലയിൽ കെട്ടും ജീർണ്ണിച്ച ഉടുപ്പും കൈയിൽ ഊന്നുവടിയുമായി കൂനിക്കൂടിയിരിക്കുന്നു. കാലിക്കൂട്ടങ്ങളുമായി മറ്റുചിലർ റെയിൽവേ പാളങ്ങൾക്കരികിലെ മുൾക്കാടുകളുടെ ഓരം പറ്റി നില്ക്കുന്നു. വെള്ളക്കൊറ്റികൾ മരങ്ങളിൽനിന്നും മരങ്ങളിലേക്കു പറന്നും കാലിക്കൂട്ടങ്ങളുടെ പിന്നാലെ നീങ്ങിയും കാഴ്ചകൾ മനോഹരമാക്കുന്നു. കഥ പറയുന്ന കോട്ടകളും യുദ്ധക്കളങ്ങളും പുഴകളും കടന്ന് വണ്ടി കുതിച്ചും കിതച്ചും മുന്നോട്ട്. വീടിന്റെ മണം മൂക്കിലടിക്കുന്നതുപോലെ നാരായണൻകുട്ടിക്കു തോന്നി. അമ്മ കാത്തിരിക്കുകയായിരിക്കും. ഇന്നു രാത്രി ഉറക്കമുണ്ടാവില്ല. നാലുവർഷമായി കാണാത്ത മകനെ കാണാൻ ഉറക്കമൊഴിഞ്ഞ് വരാന്തയിൽ ഇരിക്കുകയായിരിക്കും. അനിയനാണെങ്കിൽ ബാങ്കിലെ ജോലിയും രാഷ്ട്രീയ പ്രവർത്തനവും കഴിഞ്ഞ് അമ്മയെ ആശ്വസിപ്പിക്കാൻ സമയം കാണില്ല. ഫോൺ ചെയ്യുമ്പോഴെല്ലാം അമ്മയ്ക്ക് ഒന്നേ പറയാനുള്ളൂ.

നീയൊരു പെണ്ണിന്റെ കഴുത്തിൽ താലിചാർത്തിയിട്ടു വേണം കൃഷ്ണൻകുട്ടിയുടെ കാര്യം ആലോചിക്കാൻ. രണ്ടും കഴിഞ്ഞ് പേരക്കുട്ടികളെ കണ്ണുനിറയെ കണ്ടിട്ടുവേണം എനിക്കു മരിക്കാൻ. ഇല്ലെങ്കിൽ കണ്ണടയില്ല. മക്കളേ, വയസ്സിതാ, ഇന്ന് നാളെന്ന് പറഞ്ഞിരിക്കെ മുപ്പത്തിമൂന്നാവും. ഇനീം കുട്ടിക്കളി മാറീട്ടില്ലേ നിനക്ക്? നാട്ടില് വാ... നന്നായി അദ്ധ്വാനിച്ചാല് നമുക്കിവിടെ സുഖായി കഴിയാം. ഈ പറമ്പില് അദ്ധ്വാനിച്ചിട്ടല്ലേ അച്ഛൻ നിങ്ങളെയെല്ലാം ഈ നെലേലാക്കിയത്? അച്ഛനുണ്ടായിരുന്നെങ്കില്... ഇങ്ങനെയൊന്നും സംഭവിക്കില്ലാരുന്നു. എല്ലാം എന്റെ വിധി!"

അമ്മ പറയുന്നത് സത്യമാണെന്ന് അറിയാത്തതുകൊണ്ടല്ല, നാരായണൻകുട്ടി കൊല്ക്കത്തയിൽത്തന്നെ കഴിഞ്ഞുകൂടുന്നത്. കളിയിൽ തോറ്റ് നാടുവിട്ട നാരായണൻകുട്ടി ജീവിതത്തിലും തോറ്റുപോയെന്ന് നാട്ടുകാർ പറയുന്നതു കേൾക്കാനുള്ള ശക്തിയില്ലാത്തതുകൊണ്ടാണ്. അറിയപ്പെടുന്ന ക്രിക്കറ്ററാവുക എന്ന മോഹം ഇനി നടക്കാൻപോകുന്നില്ലെങ്കിലും ബാനർജിയെപ്പോലെ ക്രിക്കറ്റ് താരങ്ങൾക്ക് സുപരിചിതനായ ബിസിനസ്മാനാവാൻ കഠിനമായി അദ്ധ്വാനിച്ചാൽ സാധിക്കും. ബാനർജിക്ക് ഇനി അധികകാലം കച്ചവടവുമായി മുന്നോട്ടുപോകാൻ കഴി

യില്ല. പ്രായമായി. കച്ചവടത്തിന്റെ നടത്തിപ്പ് നാരായണൻകുട്ടിയെ ഏല്പിച്ചുകൂടെന്നില്ല. ഇടയ്ക്ക് ചില സൂചനകൾ അയാൾ നാരായണൻകുട്ടിക്ക് നല്കുകയും ചെയ്തിട്ടുണ്ട്. അങ്ങനെ വന്നാൽ എത്രവേണമെന്നതിനെക്കുറിച്ച് അവൻ സ്വപ്നം കണ്ടുതുടങ്ങിയിട്ടുണ്ട്. കട പുതുക്കിപ്പണിയണം. രണ്ടു നിലകളുള്ള ആകർഷകമായ കെട്ടിടം വേണം ഗ്രൗണ്ട് ഫ്ളോറിൽ നിറയെ ക്രിക്കറ്റ് ഐറ്റംസ്. മുകളിൽ മറ്റുകളികളുമായി ബന്ധപ്പെട്ട സാധനങ്ങൾ. സ്വപ്നമല്ല, ബാനർജിയുടെ സഹായമുണ്ടെങ്കിൽ എല്ലാം നടക്കും. കളിയുടെ തമ്പുരാക്കന്മാർക്കിടയിൽ ബാനർജിക്ക് അത്രയധികം സ്വാധീനമുണ്ട്. അത് പരമാവധി പ്രയോജനപ്പെടുത്തണം.

കൃഷ്ണൻകുട്ടി റെയിൽവേ സ്റ്റേഷനിൽ കാത്തു നില്ക്കുന്നുണ്ടായിരുന്നു. അവന്റെ ആൾടോവിൽ വീട്ടിലെത്തി അമ്മ വഴിയിലേക്ക് കണ്ണും നട്ട് ഗെയ്റ്റിൽത്തന്നെ നില്ക്കുന്നുണ്ടായിരുന്നു. സാരിത്തലപ്പുകൊണ്ട് കണ്ണീരൊപ്പുന്നത് ദൂരേന്നുതന്നെ കണ്ടു. അടുത്തെത്തിയതും കെട്ടിപ്പിടിച്ച് ഉറക്കെയൊരു കരച്ചിൽ. നാരായണൻകുട്ടിയുടെ കണ്ണുകളും നിറഞ്ഞുപോയി.

രാത്രി മുഴുവൻ പറഞ്ഞാലും തീരാത്ത കഥകൾ അമ്മയുടെ ഓർമ്മയിലുണ്ട്. ഓരോന്നോരോന്നായി അത് മകനെ പറഞ്ഞു കേൾപ്പിക്കാനുള്ള ബദ്ധപ്പാടിലാണ് അമ്മ.

ഏട്ടൻ ഊണു കഴിച്ച് കിടക്കട്ടെ അമ്മേ... നല്ല യാത്രാക്ഷീണം കാണും.

യാത്രാക്ഷീണത്തിന്റെ കാര്യം പറഞ്ഞപ്പഴാ ഓർത്തത്. കൃഷ്ണൻകുട്ടി പറഞ്ഞതിൽ പിടിച്ചായി അമ്മയുടെ തുടർന്നുള്ള കഥാകഥനം. ഞാനും നിന്റെ അനിയനും കൂടി ഈയിടെ ഗുരുവായൂരിലൊന്നുപോയി. ഹോ! കാണേണ്ടതുതന്നെ! എന്റെ നാരായണൻകുട്ടീ. എന്തുമാത്രം ആളുകളാ! കൃഷ്ണനെ കണ്ണു നിറയെ കണ്ടു. മനസ്സു നൊന്തു പ്രാർത്ഥിച്ചു. ന്റെ മോനെ നാട്ടിലെത്തിക്കണേ കൃഷ്ണാന്ന്. കണ്ണീരൊപ്പിയ ശേഷം വിറയാർന്ന ശബ്ദത്തിൽ തുടർന്നു. നിനക്ക് ഞാനൊരു നേർച്ചേം നേർന്നു. ഇളനീരിലൊരു തുലാഭാരം. ദാ, എന്റെ മുമ്പില് കൊണ്ടു നിർത്തിത്തന്നില്ലേ ഗുരുവായൂരപ്പൻ! തിരിച്ചെത്തിയപ്പോഴേക്കും യാത്രാക്ഷീണം കാരണം എനിക്ക് നടുവിവർത്താൻ പറ്റാതായി.

ഭക്ഷണത്തിനു മുമ്പിലിരുന്നപ്പോഴാണ് ചുമരിൽ പതിപ്പിച്ച പോസ്റ്റർ നാരായണൻകുട്ടിയുടെ ശ്രദ്ധയിൽ പതിഞ്ഞത്. ഫിംഗർ പ്രിന്റിനു മേൽ കണ്ണട ധരിച്ച ഒരു പെൺകുട്ടിയുടെ പോസ്റ്റർ. ചുവടെ വലിയ അക്ഷരത്തിൽ പ്രിന്റു ചെയ്തിരിക്കുന്നു.

ജസ്റ്റിസ് ഫോർ ജിഷ!

ഇതാരാ? നാരായണൻകുട്ടി അനിയനോട് ചോദിച്ചു.

കുറുപ്പം പടിയിലെ ഒരു പാവം പെൺകുട്ടി. എല്ലാ പ്രതികൂല സാഹചര്യങ്ങളോടും മല്ലടിച്ച് നിയമം പഠിക്കുകയായിരുന്നു. കൊന്നു കളഞ്ഞു. ഒറ്റമുറിയുള്ള വീട്ടിനകത്തുവച്ച്. മൃഗീയമായ കൊലപാതകം. മാനഭംഗപ്പെടുത്താനുള്ള ശ്രമത്തെ അവസാനശ്വാസംവരെ അവൾ ചെറുത്തു നിന്നു. പൊലീസ് കേസിൽ ഒരു താല്പര്യവും കാണിച്ചില്ല. പ്രതിക്ക്

രക്ഷപ്പെടാനുള്ള പഴുതുണ്ടാക്കിക്കൊടുത്തു എന്ന് സംശയിക്കേണ്ടിയിരിക്കുന്നു. ഇത്തരം കേസുകളിൽ പാലിക്കേണ്ട ഫോർമാലിറ്റീസൊന്നും പാലിച്ചില്ല. ചടങ്ങിനൊരു പോസ്റ്റുമോർട്ടം നടത്തി ബോഡി കത്തിച്ചു. അച്ഛന്റെ സമ്മതത്തിനു പോലും കാത്തുനില്ക്കാതെ. ജിഷ പ്രശ്നം ഇപ്പോൾ ജനങ്ങൾ ഏറ്റെടുത്തിരിക്കുന്നു.

യാത്രാക്ഷീണമുണ്ടായിട്ടും നാരായണൻകുട്ടിക്ക് ഉറക്കം വന്നില്ല. എവിടെ നിന്നൊക്കെയോ നിലവിളികൾ ഉയർന്നുവന്ന് പൊതിയുന്നതു പോലെ. ചാറ്റൽ മഴയിൽ ചോരമണം കലർന്നിരിക്കുന്നതുപോലെ.

പിറ്റേന്നു വൈകുന്നേരം നാരായണൻകുട്ടി പുറത്തേക്കിറങ്ങി. റെഡ്സ്റ്റാർ ക്ലബ്ബിലേക്കാണ് ആദ്യം കയറിച്ചെന്നത്. കുറച്ചുകുട്ടികൾ അവിടെ കാരംസ് കളിച്ചുകൊണ്ടിരിക്കുകയാണ്. അവരാരും നാരായണൻകുട്ടിയെ തിരിച്ചറിഞ്ഞില്ല. ക്രിക്കറ്റ് ബാറ്റുകളും സ്റ്റമ്പും ഒരു മൂലയിൽ കൂട്ടിയിട്ടിരിക്കുന്നു. വരാന്തയിലെ കസേരയിൽ നാരായണൻകുട്ടി ഇരുന്നു. നാലഞ്ചുവർഷം റഡ്സ്റ്റാറിനു വേണ്ടിയായിരുന്നു തന്റെ ജീവിതമെന്ന് നാരായണൻകുട്ടി ഓർത്തു. നല്ലൊരു ടീമിനെ വളർത്തിയെടുത്തു എത്രയോ പ്രാദേശിക മത്സരങ്ങളിൽ പങ്കെടുത്ത് ട്രോഫികൾ നേടി. പക്ഷേ, ബ്ലൂസ്റ്റാറിനോട് അവിചാരിതമായേറ്റ തോല്വി തളർത്തിക്കളഞ്ഞു. പത്തോവറിൽ അറുപത് റൺസാണ് വിട്ടുകൊടുത്തത്. ബാറ്റുകൊണ്ട് പകരം വീട്ടാനൊരുങ്ങി. ആദ്യ ബോൾതന്നെ സിക്സറിലേക്ക് തൂക്കാൻ നോക്കി. ബൗണ്ടറിലൈനിനടുത്തുനിന്ന് ആറടിയിലധികം പൊക്കമുള്ള ഒരുത്തൻ ഉയർന്നുപറന്ന് പാതാളക്കരണ്ടിപോലുള്ള കൈകൊണ്ട് അത് പിടിച്ചു കളഞ്ഞു. സ്തംഭിച്ചിരുന്നുപോയി. റഡ്സ്റ്റാറിന്റെ കാണികളും കളിക്കാരും. ദൗർഭാഗ്യമെന്നല്ലാതെ മറ്റെന്തുപറയാൻ!

മാധവേട്ടൻ വരാന്തയിലേക്കു കയറിവന്നു. നാരായണൻകുട്ടി എഴുന്നേറ്റു നിന്നു. ക്ലബ് പ്രസിഡന്റാണ്.

“അല്ല, ഇതാര്! എത്ര വർഷമായി നാരായണൻകുട്ടി നിന്നെ കണ്ടിട്ട്! എപ്പോ വന്നു?”

മാധവേട്ടൻ നാരായണൻകുട്ടിയെ കെട്ടിപ്പിടിച്ചു. കൈ പിടിച്ചു കുലുക്കിയും ചുമലിൽ തലോടിയും അടക്കിപ്പിടിച്ചുവച്ചിരുന്ന സ്നേഹമുദ്രകളൊക്കെ പുറത്തെടുത്തു.

“നാരായണൻകുട്ടീ... നീ പോയതോടെ ക്ലബ്ബിന്റെ പേരും പ്രശസ്തിയുമെല്ലാം പോയി. കൃഷ്ണൻ കുട്ടി നിന്റെ വിശേഷങ്ങളെല്ലാം പറയാറുണ്ട്. ഒരുതരത്തില് നമ്മുടെ ക്ലബ്ബിന്റെ പ്രശസ്തി നാരായണൻകുട്ടിയിലൂടെ ഇന്ത്യ മുഴുവൻ പരക്കുകയാണ് ചെയ്തത്. നീ സൗരവ് ഗാംഗുലിക്ക് നെറ്റിൽ ബൗൾ ചെയ്യുന്ന ഫോട്ടോ കൃഷ്ണൻ കുട്ടി കാണിച്ചപ്പോൾ എനിക്കുണ്ടായ സന്തോഷത്തിന് അതിരില്ലായിരുന്നു. കഴിഞ്ഞ വർഷത്തെ വാർഷികാഘോഷ നോട്ടീസിൽ ആ ചിത്രം ഉൾപ്പെടുത്തി ഞങ്ങൾ നാടുനീളെ വിതരണം ചെയ്തു. ബ്ലൂസ്റ്റാർ ക്ലബ്ബിന് ഞാൻ നേരിട്ടുപോയി നോട്ടീസു കൊടുത്തുകൊണ്ടുപറഞ്ഞു. റഡ്സ്റ്റാറിലെ ഒരു ബൗളറിതാ ഈഡൻ ഗാഡിലെ നെറ്റിൽ ഗാംഗുലിക്ക് ബൗൾ ചെയ്യുന്നു എന്ന്. നാരായണൻകുട്ടീ... നമുക്കവരോടൊന്ന് ഏറ്റുമുട്ടണം. അവന്മാ

രുടെ അഹന്തക്കിട്ടൊരു കൊട്ടുകൊടുക്കണം. അവരുടേതല്ലാത്ത ദിവസങ്ങളിൽ ഏത് കൊലകൊമ്പൻ ടീമും തകർന്ന് തരിപ്പണമാവും. പത്തൻപത് മീറ്റർ പിറകോട്ടോടി കപിൽദേവ് ആ സുന്ദരൻ കാച്ചെടുത്തില്ലായിരുന്നങ്കിൽ ഇന്ത്യ നേടിയ ആദ്യത്തെ വേൾഡ് കപ്പ് വെസ്റ്റിന്റീസിന്റെ കൈയിലിരുന്നേനെ. എന്തൊരു ക്യാച്ചായിരുന്നു അത്. അതുപോലെ അന്ന് ബ്ലൂസ്റ്റാർ വാടകയ്ക്കു കൊണ്ടുവന്ന ചന്ദ്രശേഖറുടെ ബോൾ നീ നിലം തൊടാതെ വര കടത്താൻ ആഗ്രഹിച്ചിരുന്നില്ലെങ്കില് കളി നമ്മള് ജയിക്കുമായിരുന്നു. ഒരു കളി ജയിച്ചെന്നുകരുതി ആരും അത്ര അഹങ്കാരികളാകരുത്." മാധവേട്ടൻ ഫുൾ സ്റ്റോപ്പില്ലാതെ പറയുകയാണ്.

"മാധവേട്ടാ," നാരായണൻകുട്ടിയുടെ വിളിയിൽ സംഭാഷണത്തിന്റെ ഒഴുക്കു നിന്നു. അയാൾ നാരായണൻകുട്ടിയുടെ മുഖത്തേക്കു തന്നെ നോക്കി. അവൻ പറഞ്ഞു. "കളി മനുഷ്യർ തമ്മിലുള്ള അകലം കൂട്ടരുത്. കുറയ്ക്കണം. കളിയുടെ ഭാഷ സ്നേഹമാണ്. പകയല്ല. നമുക്ക് റെഡ് സ്റ്റാറിന് ഒരു ഫണ്ടുണ്ടാക്കണം. നമ്മുടെ ജില്ലയിലെ എല്ലാ ക്ലബ്ബുകളെയും സഹകരിപ്പിച്ചുകൊണ്ട് അടുത്ത വെക്കേഷനില് ഒരു കോച്ചിങ് ക്യാമ്പ് നടത്തണം. ഉദ്ഘാടനത്തിന് സൗരവ് ഗാംഗുലിയെ ഞാൻ കൊണ്ടുവരാം. എന്റെ ബോസ് പറഞ്ഞാൽ വരാത്ത കളിക്കാരില്ല."

മാധവേട്ടന്റെ കണ്ണുകൾ തിളങ്ങുന്നതും പതുക്കെ നനവൂറുന്നതും നാരായണൻകുട്ടി കണ്ടു.

"എല്ലാം ശരിയാവും മാധവേട്ടാ.." അവൻ കൂട്ടിച്ചേർത്തു. "അപ്പോൾ എൽ ഡി എഫ് വരും അല്ലേ?"

"എന്താ സംശയം?"

നാരായണൻകുട്ടി ചിരിയുതിർത്തുകൊണ്ടുപറഞ്ഞു. ആ ചിരി മാധവേട്ടനിലേക്കും പരന്നു. പ്രതീക്ഷയുടെ ആത്മവിശ്വാസത്തിന്റെ ചിരി.

"വരും. വന്നില്ലെങ്കില് ഇവന്മാർ കേരളത്തെ കോർപ്പറേറ്റുകൾക്ക് തൂക്കി വില്ക്കും. ജാതിമത ശക്തികൾക്ക് ഭരണഘടനയുടെ അന്തസ്സത്ത തകർക്കുന്നതിനുവേണ്ട എല്ലാ ഒത്താശകളും ചെയ്തുകൊടുക്കും. സ്ത്രീകളുടെ മാനാഭിമാനത്തിന് പരസ്യമായി വില പറയും. വിടില്ല നാരായണൻകുട്ടീ. ഇത് നിർണ്ണായകമായ പോരാട്ടം. മാധവേട്ടൻ ആവേശഭരിതനായി. "നമ്മൾ ജയിക്കും. നമ്മൾ ഭരിക്കും. നീ വരുന്നോ നാരായണൻ കുട്ടീ... ടൗണിൽ അഞ്ചു മണിക്ക് നമ്മുടെ പ്രകടനമുണ്ട്. ജസ്റ്റിസ് ഫോർ ജിഷ."

ടൗണിലേക്കുള്ള ക്രോസ് റോഡിലൂടെ അവർ ധൃതിപിടിച്ച് നടക്കുകയായിരുന്നു. കൺവൻഷൻ ഹാളിന് മുന്നിലെത്തിയപ്പോൾ ഒരാൾ അവരെ തടഞ്ഞു നിർത്തിക്കൊണ്ട് പറഞ്ഞു.

"എങ്ങോട്ട് ധൃതിപിടിച്ച്?"

മാധവേട്ടന് ആളെ മനസ്സിലായി. പൊലീസാണ്. ഇൻ മഫ്റ്റി. റെഡ് സ്റ്റാറിന്റെ ജനൽഗ്ലാസുകൾ തകർത്ത സംഭവത്തിൽ അന്വേഷണം നടത്താൻ വന്നത് ഇതേരൂപം തന്നെയായിരുന്നു.

"ഇക്കാലത്ത് വയസ്സന്മാരെ വിശ്വസിക്കാൻ പാടില്ല. എങ്കിലും നിങ്ങള്

പൊയ്ക്കോ. ഇവനെ ഞങ്ങൾക്കുവേണം." പൊലീസ് പറഞ്ഞു.

നാരായണൻകുട്ടിയുടെ കോളറിൽ പിടിച്ച് പൊലീസുകാരൻ കൺവൻഷൻ ഹാളിൽ കടന്നു. മാധവേട്ടൻ ബഹളം വച്ചു. ആളുകൾ കൂടി.

"പേടിക്കേണ്ട മാധവേട്ടാ. നിങ്ങളിവിടെ നിന്നോ. ഞാൻ ഉടൻവരാം."

നാരായണൻകുട്ടി മാധവേട്ടനെ സമാധാനിപ്പിക്കാൻ നോക്കിയിരുന്നെങ്കിലും അയാൾ ഉറക്കെ എന്തൊക്കെയോ വിളിച്ചു പറഞ്ഞുകൊണ്ടിരുന്നു. ഓടിവന്നവരിൽ ഒരാൾ അയാളെ സമാധാനിപ്പിക്കാൻ നോക്കി.

പേടിക്കേണ്ട. ജിഷ കൊലക്കേസിന്റെ തെളിവെടുപ്പാണ്. ഒരുദിവസം ചുരുങ്ങിയത് നൂറു പേരെയെങ്കിലും ചോദ്യം ചെയ്യണമെന്നാണ് ഉത്തരവ്. പേരും ജന്മനക്ഷത്രവും മറ്റും ചോദിച്ച് വിട്ടയയ്ക്കും. വെറും പത്തു മിനിറ്റ്.

മാധവേട്ടന് ആശ്വാസമായി. നാലുവർഷമായി നാട്ടിലില്ലാത്തതെന്നും ഇന്നലെയാണ് തിരിച്ചെത്തിയതെന്നും പറഞ്ഞാൽ ഉടൻ വിട്ടയക്കുമായിരിക്കും.

എന്നാൽ മാധവേട്ടന്റെ പ്രതീക്ഷ അസ്ഥാനത്തായി. മണിക്കൂറുകളായി അയാൾ കൺവൻഷൻ ഹാളിലേക്കുതന്നെ നോക്കിയിരിക്കുന്നത്. നാരായണൻ കുട്ടിയെ കൊണ്ടുപോയതിനുശേഷം പലരെയും പലഭാഗങ്ങളിൽ നിന്നായി പിടികൂടി ഹാളിലെത്തിച്ചു. അവരെല്ലാം വളരെ പെട്ടെന്നുതന്നെ തിരിച്ചു വരികയും ചെയ്തു. നാരായണൻകുട്ടി മാത്രം തിരിച്ചുവന്നില്ല.

ഹാളിനകത്തുകടന്ന നാരായണൻകുട്ടിക്ക് വിചിത്രമായ അനുഭവമാണുണ്ടായത്. അധികം പഴുപ്പിക്കാത്ത മാമ്പഴം ഒരു മേശപ്പുറത്ത് കൂട്ടിയിട്ടിരിക്കുന്നു. കുറേ പൊലീസുകാർ പല ഭാഗങ്ങളിലായി നില്ക്കുന്നുണ്ട്. പുറത്തുവന്ന് പിടിച്ചു കൊണ്ടുവന്നവർ ക്യൂവിലാണ്. ഓരോരുത്തരായി ഒരു പൊലീസുകാരൻ കൊടുക്കുന്ന മാമ്പഴത്തിൽ അമർത്തിക്കടിച്ച് കടിപ്പാട് അയാളെ കാണിക്കണം. ഗോവിന്ദൻനായർ അതിൽ സൂക്ഷിച്ചുനോക്കി. ചോദ്യം ചെയ്യേണ്ടവരെ മാറ്റിനിർത്തും. അല്ലാത്തവരെ പോകാൻ അനുവദിക്കും. ജിഷയുടെ ബോഡിയിൽ പ്രതിയുണ്ടാക്കിയ കടിപ്പാടിൽ നിന്ന് പല്ലുകൾ തമ്മിൽ സാധാരണയിൽ കവിഞ്ഞ വിടവുണ്ടായിരുന്നെന്ന് മനസ്സിലാക്കാൻ കഴിഞ്ഞിരുന്നത്രെ. അത്തരം പല്ലുള്ളവരെ കണ്ടുപിടിക്കാനുള്ള ശാസ്ത്രീയമായ അടവുകളാണ് പൊലീസ് പ്രയോഗിക്കുന്നത്. ഇതുവരെയുള്ള പരിശോധനയിൽ രണ്ടുപേരെ മാത്രമേ വിശദമായ ചോദ്യം ചെയ്യലിന് മാറ്റിനിർത്തിയിട്ടുള്ളൂ.

നാരായണൻകുട്ടിയുടെ ഊഴമാണ്. ഒരു ഗോമാങ്ങയാണ് അവന് കിട്ടിയത്. അമർത്തിക്കടിച്ച് മാങ്ങ പൊലീസിനു കൈമാറി. കടിയടയാളം നോക്കിയശേഷം അയാൾ നാരായണൻകുട്ടിയെ സൂക്ഷിച്ചു നോക്കി. മൂലയിലേക്ക് മാറി നില്ക്കാൻ കണ്ണുകൊണ്ട് ആജ്ഞാപിച്ചു. മൂലയിൽ മൂന്നാമനായി നാരായണൻകുട്ടി നിന്നു.

നേതാക്കളെയും കൂട്ടി മാധവേട്ടനെത്തിയപ്പോഴേക്കും നാരായണൻകുട്ടിയെ ചോദ്യം ചെയ്യാനായി മറ്റൊരു കേന്ദ്രത്തിലേക്കു കൊണ്ടുപോ

യിരുന്നു. എട്ടുമണിയോടെ മറ്റു രണ്ടുപേരെയും വിട്ടയച്ചിട്ടും നാരായണൻ കുട്ടിയെ കസ്റ്റഡിയിൽ വച്ചു.

ഒൻപതുമണി വാർത്തയിൽ ജിഷ കൊലപാതകം വഴിത്തിരിവിൽ, കൊല്ക്കത്തെയിൽ ജോലിചെയ്യുന്ന മദ്ധ്യകേരളത്തിലെ ഒരു യുവാവ് കസ്റ്റഡിയിൽ എന്ന സ്കൂപ്പ് പ്രത്യക്ഷപ്പെട്ടു. ചില ചാനലുകൾ ആ വാർത്ത ആഹാരമാക്കി.

സംഭവദിവസം നാരായണൻകുട്ടി കൊല്ക്കത്തെയിലായിരുന്നു എന്നു വിശ്വസനീയമായ തെളിവ് കിട്ടിയപ്പോഴേക്കും പത്രങ്ങൾ ഇറക്കാൻ പാകത്തിലായി കഴിഞ്ഞിരുന്നു. ഒൻപതരയോടെ നാരായണൻകുട്ടി ചോദ്യം ചെയ്യൽ കേന്ദ്രത്തിൽനിന്ന് പുറത്തുകടന്നു. അവനെ സ്വീകരിക്കാൻ പുറത്ത് നൂറിലധികം ആളുകൾ കൂടിനിന്നിരുന്നു. അവർ പൊലീസിന്റെ അന്വേഷണ വാഹനത്തിനെതിരെ മുദ്രാവാക്യം വിളിച്ചു. നാരായണൻകുട്ടിയെ മുന്നിൽ നിർത്തി പ്രകടനം നടത്തി.

ചെന്നൈ സെൻട്രലിലെ ഇരുപത്തിനാലം നമ്പർ പ്ലാറ്റ് ഫോമിൽ നിന്നാണ് നാരായണൻകുട്ടി ആ വാർത്ത അറിഞ്ഞത്.

കേരളത്തിൽ എൽ ഡി എഫ് വൻഭൂരിപക്ഷത്തോടെ അധികാരത്തിൽ.

സന്തോഷം അടക്കിനിർത്താനാവാതെ നാരായണൻകുട്ടിയുടെ കണ്ണുകൾ നിറഞ്ഞു. അപ്പോഴാണ് ബാനർജിയുടെ വിളി വരുന്നത്.

“നാരായണൻ കുട്ടീ.. വിജയം ആഘോഷിക്കുന്ന തൃണമൂൽ ഗുണ്ടകൾ നമ്മുടെ കടയ്ക്ക് തീയിട്ടു. ഹോസ്റ്റലിൽനിന്ന് ആളുകൾ ഓടിവന്ന് തീ കെടുത്തി. എങ്കിലും കുറേ നഷ്ടം വരും. ബംഗാളിലെങ്ങും അക്രമം പടരുകയാണ്.”

ബാനർജിയെ എന്തുപറഞ്ഞ് സമാധാനിപ്പിക്കും? കേരളത്തിൽ നിന്നുള്ള സന്തോഷ വാർത്തകൊണ്ടുതന്നെ അദ്ദേഹത്തെ ആശ്വസിപ്പിക്കാം.

“ഭായ് സാബ്... കേരളത്തിൽ എൽ ഡി എഫ് തിരിച്ചുവന്നിരിക്കുന്നു. നിങ്ങളിങ്ങോട്ടു വരൂ. നമുക്ക് കൊച്ചിയിലൊരു കട തുടങ്ങാം.”

“വേണ്ട മോനേ... അടിയന്തരാവസ്ഥയെ നെഞ്ചുറപ്പോടെ നേരിട്ടവനാ ഈ ബാനർജി... നമ്മുടെ കട പുതിയ രൂപത്തിൽ ഉയർത്തെഴുന്നേല്ക്കും. നീ എന്റെ കൂടെയുണ്ടെങ്കിൽ നഷ്ടപ്പെട്ടതെല്ലാം നമുക്ക് വീണ്ടെടുക്കാം. എല്ലാം!”

“ഞാനിതാ. എത്തിപ്പോയി ഭായ് സാബ്.” കോറമണ്ടൽ എക്സ്പ്രസ് പുതിയ പ്രതീക്ഷയിലേക്ക് കുതിച്ചു പാഞ്ഞു.

നാടക ദിനം

റാഞ്ചപ്പെട്ട യാത്രാവിമാനത്തിലാണിപ്പോൾ.

കോക്പിറ്റിൽ കറുത്ത തുണിമൂടിയ ഒരു ഭീകരൻ!

ആജ്ഞ ലംഘിച്ചാൽ എല്ലാം ഒരുനിമിഷം തകർക്കാൻ തയ്യാറാണ്. ആ നില്പ്.

ചെറുചലനങ്ങൾപോലും അരിച്ചെടുക്കാൻ പാകത്തിൽ വിടർന്നു നില്ക്കുന്ന അരിപ്പപോലുള്ള കണ്ണുകൾ.

ഉറഞ്ഞു കൂടിയ നിശ്ശബ്ദത

പെട്ടെന്നൊരു വെടിയൊച്ച!

വിമാനം ഒന്നു തെന്നി:

വരണ്ട നിലവിളികളുടെ തിരമാലകളിൽ അത് പൊങ്ങിയും താണും, താണും പൊങ്ങിയും....

"സജിതാ..!"

ഏറെ പണിപ്പെട്ടാണ് അയാൾ തന്റെ തൊണ്ടയിൽനിന്ന് ആ നില വിളി വലിച്ചു പുറത്തിട്ടത്.

വരാന്തയിലെ വെളിച്ചത്തിന്റെ കീറുകൾ സജിതയുടെ മുഖത്ത് വീണു കിടക്കുകയാണ്.

ഷർട്ടഴിച്ച് അയാൾ അലക്ഷ്യമായി ദൂരേക്കെറിഞ്ഞു വിയർപ്പിൽ കുതിർന്നിരിക്കുന്നു!

മഗ്ഗ് തൊണ്ടയിലേക്കു കമഴ്ത്തി. വെള്ളത്തിന് തീപിടിച്ചിരിക്കുന്നു.

സജിതയുടെ ചുണ്ടുകൾ തന്റെ നിലവിളിയോട് അസ്പഷ്ടമായെന്തോ പ്രതികരിച്ചുവെന്ന് അയാൾക്ക് തോന്നി. മാറിടത്തിൽ പടർന്നു കിടക്കുന്ന കൈകളിൽ അതിന്റെ കമ്പനമുണ്ടായി. അറവുമാടിന്റെ അവസാനത്തെ പിടച്ചിൽപോലെ. ശിരച്ഛേദം സംഭവിച്ച കോഴിയുടെ ഒടുങ്ങൽപോലെ.

വൈശാഖപ്പകുതിയിലെ ചുട്ടുപൊള്ളുന്ന കൊഴുത്ത ഇരുട്ടിൽ അയാൾ എരിപൊരികൊണ്ടു.

സജിത ഉണർന്നു.

ചുമരിലെ ക്ലോക്കിലേക്ക് ടോർച്ചടിച്ചു.

"എന്തേ? പന്ത്രണ്ടു മണി കഴിഞ്ഞതല്ലേയുള്ളൂ?"

അവൾ അയാളെത്തന്നെ നോക്കി

"സജിതാ.... അയാൾ, അയാൾ വരുമെന്നറിയിച്ചിട്ടുണ്ട്."

"ആര്? ആരാണ്?"

അയാൾ അവൾക്കു മുമ്പിൽ അടിമുടി വിറകൊണ്ടു.

"രത്തൻ. രത്തൻ ചക്രവർത്തി"

അയാൾ പറഞ്ഞു.

അവൾ ആ പേര് ഓർത്തെടുക്കാൻ ശ്രമിച്ചു.

"ഓർമ്മയില്ലേ സജിതാ, ആ മന്തുകാലനെ. ഞാൻ ഒരുപാട് തവണ നിന്നോട് പറഞ്ഞിട്ടുണ്ട്. ചവിട്ടിക്കുഴച്ച മണ്ണ് അടരടരായി എറിഞ്ഞു പിടിച്ചതുപോലുള്ള കാലുകൾ! അതെ. ആ ഒറീസക്കാരൻ. പഴുത്തു പൊട്ടിയൊലിക്കുന്നു.... ഹോ!

റാഞ്ചിയുടെ പിടിയിൽ നിന്നെന്നപോലെ കുതറിയെഴുന്നേറ്റ് അയാൾ ബെഡ്റൂം ലാമ്പിന്റെ സ്വിച്ചിൽ വിരലമർത്തി. ഇരുട്ട് അടുത്തമുറിയിൽ ഓടിയൊളിച്ചു. വെളിച്ചത്തിന്റെ തുരുത്തിൽ ഇരുവരും നഗ്നരാക്കപ്പെട്ടതുപോലെ.

ഹോ! ഇനി ഉറക്കം വരില്ല.

സജിത വെളിച്ചത്തിന്റെ ആക്രമണത്തിനു നേർക്ക് കണ്ണുപൊത്തി.

എന്നാൽ ഞാൻ ഉറങ്ങും സജിതാ. പകലും രാത്രിയുമെന്നില്ലാതെ. അവിരാമമായ ഉറക്കം. നീ കാവലിരിക്കും. എനിക്കും എന്റെ ഓർമ്മകൾക്കും.

"എന്തു പറ്റി നിങ്ങൾക്ക്! വല്ലാതെ വിയർക്കുന്നുണ്ടല്ലോ!"

"ഏയ് ഒന്നുമില്ല. അയാൾ പറഞ്ഞു. നാളെ എന്റെ സുഹൃത്ത് വരും. രത്തൻ ചക്രവർത്തി."

"നാളെയാണോ, അതല്ല ഇന്നാണോ?"

"ശരിയാണല്ലോ. പുതിയ ദിവസം പിറന്നിരിക്കുന്നു. ഇന്നുതന്നെ അതെ, ഇന്ന് ഓ!"

"എന്തിനാണയാൾ വരുന്നത്?"

സജിത ചോദിച്ചു

"ഡോ. ഹരിശർമ്മയുടെ ചികിത്സയ്ക്ക്. നെറ്റിൽ തെളിഞ്ഞു കിട്ടിയ വഴിയായിരിക്കും. ചികിത്സിക്കാൻ ഇനി ഇന്ത്യയിൽ മറ്റൊരിടമില്ല. ഒരിക്കൽ ഞാനും ശർമ്മയുടെ കാര്യം അയാളോട് പറഞ്ഞിട്ടുണ്ടെന്നും തോന്നുന്നു. രാത്രിവണ്ടിയിലെ ശീതീകരിച്ച പെട്ടിയിൽനിന്ന് രത്തൻ ചക്രവർത്തി ഇറങ്ങും. സ്വീകരിക്കാൻ പ്ലാറ്റ്ഫോമിൽ ഞാൻ ഉണ്ടായിരിക്കണം."

"അയാളെയും കൂട്ടി നേരെ ഇങ്ങോട്ടാണോ?"

സജിതയുടെ മുഖം ഇരുണ്ടു.

"എന്താ, പേടിച്ചുപോയോ? പേടിക്കേണ്ട. അയാൾ പറഞ്ഞു. ഡ്രീം ലാന്റ് ലോഡ്ജിൽ ഞാൻ ഒരു ഡബിൾറൂം ബുക്ക് ചെയ്തിട്ടുണ്ട്. നൂറ്റിയൊന്നാം നമ്പർ മുറി. പൂജ്യത്തിന് ഇടവും വലവും കാവൽ നില്ക്കുന്ന രണ്ട് വലിയ ഒന്നുകൾ. രത്തൻ ചക്രവർത്തിക്ക് അവിടെ സുഖമായി കഴിയാം. കാവൽ നില്ക്കാൻ രണ്ട് വലിയ ഒന്നുകളുണ്ട്."

"ഡബിൾ റൂമാണോ? കൂടെയാര്?"

"ആരുമില്ല. രത്തൻ തനിച്ച്. മന്തുകാലന്റെ കൂടെ എനിക്കും കിടക്കണ്ടെ? പറഞ്ഞാലും പറഞ്ഞാലുംതീരാത്ത... കഥയുണ്ട് പറയാൻ."

"അപ്പോൾ ഇന്നു രാത്രി ഞാൻ തനിച്ച്?"

"അതൊരു തോന്നൽ മാത്രമല്ലേ സജിതാ. ഈ തോന്നൽ നമ്മുടെ കർമ്മങ്ങളെ സ്വാധീനിക്കും. മനസ്സിന്റെ കടിഞ്ഞാൺ എപ്പോഴും നമ്മുടെ കൈയിൽ വേണം. ഇല്ലെങ്കിൽ കർമ്മങ്ങൾ ദുഷ്കർമ്മങ്ങളായി നമ്മുടെ ശിരസ്സിൽ കയറിപ്പറ്റും. ആരോ തെളിക്കുന്ന വഴിയിലൂടെ അപഥസഞ്ചാരം ചെയ്യും അല്ലെ, ശരിയല്ലെ?"

എന്തു പറയണമെന്നറിയാതെ സജിത മിഴിച്ചിരുന്നു!

അയാൾ സ്വിച്ചിൽ വിരലമർത്തി.

ഇരുട്ട് വെളിച്ചത്തിന്റെ കഴുത്തു ഞെരിച്ചു.

പുറത്ത് റോഡിലൂടെ ഒരു ആംബുലൻസ് നിലവിളിച്ചുകൊണ്ടുപോയി. ജനനമാണോ. മരണമാണോ! നിലവിളി അവസാനിക്കുന്നില്ല.

ഏതോ ചതുപ്പു നിലത്തിലൂടെയാണ് യാത്ര. ചുറ്റും കൊടുങ്കാറ്റ്. നിലാവിന്റെ ചീളുകൾ ചതുപ്പു നിലങ്ങളിൽ കൂർത്ത കണ്ണാടിക്കഷണങ്ങൾ പോലെ തലകുത്തി നിന്ന് പ്രേതച്ചിരി ചിരിക്കുന്നു. കരപറ്റാൻ പ്രയാസപ്പെടുന്നതിനിടയിലാണ് അവൾ വീണ്ടും 'സജിതാ....' എന്ന വിളി കേട്ടത്. കരപറ്റാൻ കഴിയാത്തവിധം കാലുകൾ ചതുപ്പിന്റെ ആഴങ്ങളിലേക്ക് ആരോ പിടിച്ചുവലിക്കുന്നതുപോലെ. വളരെ പ്രയാസപ്പെട്ടാണ് ഉണർവ്വിന്റെ തീരം പിടിച്ചത്. ആരാണ് തന്നെ ഈ ചതുപ്പു നിലത്തിൽ കൊണ്ടു തള്ളിയത്! സജിത പരിഭ്രമിച്ചു നില്ക്കെ ചുമരിൽ ക്ലോക്ക് അഞ്ചടിച്ചു. ഞെട്ടലോടെ അവൾ അയാളുടെ ഉടലിൽ പിടിമുറുക്കി.

"നീയും ഏതോ ദുഃസ്വപ്നം കണ്ടെന്നു തോന്നുന്നു."

രണ്ടു കണ്ണാടിക്കഷണങ്ങൾ തലകുത്തിനില്ക്കുന്ന ചതുപ്പുനിലത്തിൽ പെട്ടുപോയ ഞാൻ രക്ഷപ്പെടാൻ കഴിയാതെ....

"റാഞ്ചപ്പെട്ട വിമാനത്തിലെ യാത്രയാണ് ഞാൻ സ്വപ്നം കണ്ടത്. നീ കണ്ണിടിച്ചിലുകൾ. പാകിയ ചതുപ്പുനിലങ്ങളിലൂടെയുള്ള യാത്ര..."

"രാത്രികൾ ഇല്ലായിരുന്നെങ്കിൽ..."

അവൾ പറഞ്ഞു.

"പകലുകൾ ഉണ്ടാകുമായിരുന്നില്ല."

അവൾ പൂരിപ്പിച്ചു.

പകലും രാത്രിയും ഇല്ലാതായാൽ..

സജിത അയാളുടെ മുഖത്തേക്കു നോക്കി.

"ജീവിതം ഇല്ലാതാവും." അയാൾ പറഞ്ഞു. ഒരു കണക്കിന് അതാണ് നല്ലത്. ഞാനും നീയും ജീവിക്കുന്ന ജീവിതം നമ്മുടേതാണെന്ന് തറപ്പിച്ചു പറയാൻ കഴിയുന്നില്ലെങ്കിൽ പിന്നെ ജീവിതത്തിന് പിന്നെന്താണ് അർത്ഥം?"

"അർത്ഥമുണ്ടാക്കാനുള്ള പോരാട്ടം ജീവിതാവസാനംവരെ തുടരണം. പോരാട്ടം തന്നെയാണ് ജീവിതമെന്ന് നിങ്ങൾ പറയാറില്ലെ?"

"ഇപ്പോഴാണ് നീ എന്റെ ഭാര്യയായത്." അയാൾ സജിതയെ ചേർത്തുപിടിച്ചു. "ഞാൻ പോരാട്ടം തുടരുകതന്നെയാണ്. അത് അതിന്റെ ഉച്ചസ്ഥായിയിലെത്തിയിരിക്കുന്നു."

"ശരി. ഇനി നമുക്ക് ഈ പകലിന്റെ കൺപോളകൾ തുറക്കാം." സജിത പറഞ്ഞു. "എന്തൊക്കെയാണ് ഇന്നത്തെ പരിപാടി? ഓഫീസിലേക്കാണോ? ഉച്ചഭക്ഷണം കൊണ്ടുപോകുന്നുണ്ടോ? വൈകുന്നേരം ഇവിടെ വന്നിട്ടാണോ റെയിൽവേ സ്റ്റേഷനിലേക്കുപോകുന്നത്? രത്തന് കൊടുക്കാൻ മധുരപലഹാരങ്ങൾ തയ്യാറാക്കണോ? പറ, എല്ലാം അറിഞ്ഞിട്ടുവേണം ഈ ദിവസത്തിന്റെ ചിത്രം വരയ്ക്കാൻ."

"എല്ലാം പതിവുപോലെ."

അയാൾ പറഞ്ഞു.

"അഞ്ചര മുതൽ ആറരവരെ നടത്തം. പിന്നെ പ്രഭാത കൃത്യങ്ങൾ. പത്രവായന. പ്രഭാത ഭക്ഷണം പിന്നെ നേരെ ചാനൽ ഓഫീസിലേക്ക് ഉച്ചവരെ അവിടെയിരിക്കും. മൂന്നുമണിക്ക് ജില്ല, പഞ്ചായത്ത് നടത്തുന്ന യുവജനക്യാമ്പിൽ ബോധവല്ക്കരണ ക്ലാസ്. ചെറുപ്പക്കാരിൽ വരുന്ന ആത്മഹത്യയോടുള്ള ആഭിമുഖ്യം എന്തുകൊണ്ട്, എങ്ങനെ ഇല്ലാതാക്കാം എന്നതാണ് ക്ലാസിന്റെ വിഷയം നല്ല പ്രിപ്പറേഷൻ നടത്തിയിട്ടുണ്ട്. ഒരുപാട് പുസ്തകങ്ങൾ റഫർ ചെയ്തു. മനഃശാസ്ത്രകാരന്മാരുമായി ചർച്ച നടത്തി. ഈ വിഷയത്തിൽ എന്റെ പത്താമത്തെ ക്ലാസാണ്.

"അപ്പോൾ ഇന്ന് ബ്രെയ്ക് ഫാസ്റ്റിൽ കാര്യങ്ങൾ ഒതുക്കാം."

"നിനക്ക് ഉച്ചഭക്ഷണം വേണ്ടെ?"

അയാൾ ചോദിച്ചു.

"അരിമാവ് ഫ്രിഡ്ജിലുണ്ട് അത് ഏതുരൂപത്തിൽ മാറ്റിയെടുക്കണമെന്ന് അപ്പോൾ തീരുമാനിക്ക്. വെറും അഞ്ചു മിനിട്ടിന്റെ ജോലി ദോശയാവാം. ഊത്തപ്പമാവാം. ഉരുളിയപ്പമാവാം. ങാ... അതിനിടയിൽ ഒരു കാര്യം. ഫ്രിഡ്ജിന്റെയും വാഷിങ് മെഷിന്റെയും ഇൻസ്റ്റാൾമെന്റ് മുടങ്ങിക്കിടക്കുന്നു. കടക്കാരൻ നിരന്തരം ഓർമ്മിപ്പിച്ചുകൊണ്ടിരിക്കുന്നുണ്ട്."

"ഛെ! ഈ വെളുപ്പാൻ കാലത്ത്.... എന്റെ സജിതേ. ഇത്തരം കാര്യങ്ങൾ പറയരുത്. എന്തെല്ലാം നല്ല കാര്യങ്ങളുണ്ട്. പറയാൻ!

ട്രാക് സ്യൂട്ടും തൊപ്പിയും ധരിച്ച് അയാൾ പുറപ്പെട്ടു. നടന്നുനടന്ന് തടാകക്കരയിലെത്തി. ഇളം മഞ്ഞും നിലാവും ചേർന്ന് തടാകത്തിന് ശവ

ക്കോടി പുതപ്പിച്ചിരിക്കുന്നു. ആകാശത്തുനിന്ന് ഉൽക്കകൾ ശവമഞ്ചത്തിലേക്ക് ഉതിർന്നു വീഴുന്നു. തടാകക്കരയിലെ മരങ്ങളിൽ കൂടുകൂട്ടിയിരിക്കുന്ന കിളികൾ ദൈവനാമങ്ങളുരുവിടുന്നു. കഴുത്തിൽ ജന്മാധാരം തൂക്കിയിട്ട ഒരു നായ തന്നെ പിന്തുടരുന്നത് അയാൾ ശ്രദ്ധിക്കുന്നു. ഹിമാലയത്തിന്റെ കൊടുമുടിയിലേക്കാണോ താൻ നടന്നു കയറുന്നതെന്ന് ഒരു വേള അയാൾ സംശയിച്ചുപോയി. ദൈവദൂതരുടെ വിമാനം അതാ തയ്യാറെടുത്തു നില്ക്കുന്നു. മഹാപ്രസ്ഥാനം ചെയ്യുന്ന തന്റെ കൂടെ വിമാനമേറാൻ ആധാർ ഉള്ള ശ്വാനനായതുകൊണ്ട് പ്രയാസമുണ്ടാവില്ല.

ചുവപ്പുരാശി പടർന്ന കിഴക്കിന്റെ പ്രസാദത്തിനുനേർക്ക് ഒരു കാക്ക അയാളുടെ തലയ്ക്കു മുകളിലൂടെ എന്തോ വിളിച്ചു പറഞ്ഞുകൊണ്ട് പറന്നുപോയി അസാധാരണ ചിന്തകളുടെ തിക്കുമുട്ടലിൽ എത്രതവണ സാധാരണ തടാകത്തെ പ്രദക്ഷിണം വച്ചുവെന്ന് അയാൾ ഓർത്തില്ല. ഏതോ വഴിത്തിരിവിൽ നായ അയാളെ ഉപേക്ഷിച്ചുപോയി.

ഓഫീസിലേക്കു പുറപ്പെടുന്നേരം സജിത ചോദിച്ചു.

“ഇത്ര വലിയ ബാഗെന്തിനാ ഒരു രാത്രിക്ക്?”

“പുസ്തകങ്ങളാണ് നിറയെ.” അയാൾ പറഞ്ഞു. “ക്യാമ്പിൽ വായിക്കാനുള്ളത്. റെയിൽവേസ്റ്റേഷനിലെ കാത്തിരിപ്പിനിടയിൽ വായിച്ചു തീർക്കാനുള്ളത്. പുറമെ ആധാർ കാർഡ്, പാസ്പോർട്ട്. ഇന്നിത് കടന്നുപോകുന്ന എല്ലാ വഴികളിലും വേണം.”

“മനസ്സിലായില്ല.”

“പൗരത്വത്തിന്റെ ഉറപ്പ്. നീച ദൈവങ്ങളുടെ ദൃഷ്ടിയിൽ നിന്നു സംരക്ഷണം. അമ്മ കെട്ടിത്തന്ന അരഞ്ഞാണം നഷ്ടപ്പെട്ടുപോയതുകൊണ്ട് നാമതിനെ ബാഗിൽ അടക്കം ചെയ്യുന്നു.”

സജിതയ്ക്ക് ചിരിയടക്കാൻ കഴിഞ്ഞില്ല. അവളുടെ ചിരിമഴയിൽ നനഞ്ഞുകൊണ്ട് അയാൾ റോഡിലിറങ്ങി. ഒരു കൂറ്റൻ തിരമാല അപ്പോൾ അയാളുടെ വാരിയെല്ലിൻ കൂടിൽ തലയിട്ടടിച്ച് ചോരയൊലിപ്പിച്ച് വിങ്ങി വിങ്ങിക്കരഞ്ഞു. ഉച്ചവരെ നഗരത്തിൽ അലഞ്ഞുതിരിഞ്ഞ് സമയം കൊല്ലുമ്പോഴൊക്കെ ആ കരച്ചിൽ അയാളെ പിന്തുടർന്നു.

ജില്ല പഞ്ചായത്ത് കോൺഫറൻസ് ഹാളിൽ എത്തിയപ്പോഴേക്കും സമയം മൂന്നുമണി കഴിഞ്ഞു. ഹാൾ ഏതാണ്ട് നിറഞ്ഞിരുന്നു. എല്ലാം നല്ല ചുറുചുറുക്കുള്ള ചെറുപ്പക്കാർ. ആത്മഹത്യയെക്കുറിച്ച് ഒരിക്കൽപോലും ചിന്തിച്ചിരിക്കാൻ ഇടയില്ലാത്തവർ ഒരുപക്ഷേ, എല്ലാ സമ്മേളനങ്ങളിലും പഠനക്യാമ്പുകളിലും വന്നിരിക്കാൻ വിധിക്കപ്പെട്ടവരാവാം അവർ. വിവിധ റാങ്ക് ലിസ്റ്റിൽ പെട്ടവരോ റാങ്ക് ലിസ്റ്റുകളുടെ ആയുസ്സ് നീട്ടിക്കിട്ടിയതിൽ സന്തോഷിക്കുന്നവരോ ആവാം. ജോലി കിട്ടിയിട്ടുവേണം അല്ലലില്ലാതെ ജീവനൊടുക്കാൻ എന്നു കരുതുന്നവരും ഉണ്ടായിക്കൂടെന്നില്ല.

ദുർബ്ബലനായ മനുഷ്യൻ അവന്റെ രോഗത്തെ സ്വയം വരിക്കുന്നു. ഗ്രോഡക്കിന്റെ രോഗവിശകലനത്തെക്കുറിച്ച് പറഞ്ഞുകൊണ്ട് അയാൾ

തന്റെ ക്ലാസിന് തുടക്കംകുറിച്ചു. ആത്മഹത്യയോടുള്ള ആഭിമുഖ്യവും ഒരു രോഗമാണ്. അതൊരു രോഗമാണെന്ന തിരിച്ചറിവാണ് ആദ്യം ഉണ്ടാവേണ്ടത്. ശരീരത്തിൽ ചവിട്ടിനിന്നുകൊണ്ട് മനസ്സിന്റെ നിബിഡവനത്തിലെ കരിയിലകൾ മൂടിയ വഴിത്താരയിൽ കാലു വയ്ക്കാം. അല്ലെങ്കിൽ മനസ്സിനെ നേരിട്ടു ബാധിക്കാം. രണ്ടിന്റെയും സാഹചര്യങ്ങൾ വ്യത്യസ്തമാണ്. സമീപനങ്ങൾ വ്യത്യസ്തമാണ്. ഇരുപത്തേഴാം വയസ്സിൽ ജീവിതം അവസാനിപ്പിച്ച ഇടപ്പള്ളി. പതിനേഴാം വയസ്സിൽ ആത്മഹത്യ ചെയ്ത കവി തോമസ് ചാർട്ടൺ. രണ്ടുപേരുടെയും ജീവിത സാഹചര്യങ്ങളിലേക്കും സമീപനങ്ങളിലേക്കും അയാൾ കടന്നു. ഫ്രോയ്ഡിന്റെ മാനസികാപഗ്രഥനരീതിയെ കൂട്ടുപിടിച്ച് ചരിത്രത്തെ കണ്ണീരിലാഴ്ത്തിയ ചില ആത്മഹത്യകളെ വിശകലനം ചെയ്തു. പ്രാണനെടുക്കാൻ, തന്റേതായാലും, അന്യരുടേതായാലും ആർക്കും അവകാശമില്ലെന്ന് സ്ഥാപിച്ചുകൊണ്ട് ക്ലാസ് അവസാനിപ്പിച്ചപ്പോഴേക്കും പുറത്ത് വെയിലിൽ മഞ്ഞ നിറം കലർന്നിരുന്നു.

ഡ്രീംലാന്റ് ലോഡ്ജിന്റെ നൂറ്റി ഒന്നാംനമ്പർ മുറിയുടെ ജനാല അയാൾ തുറന്നു. റെയിൽവേസ്റ്റേഷന്റെ മുൻവശത്തുള്ള കൂറ്റൻ തണൽ മരങ്ങളുടെ ശാഖകൾക്കിടയിൽ അസ്തമയ സൂര്യൻ വിതറിയ നിറങ്ങളിൽ കുളിച്ച ആകാശത്തിന്റെ ഭാഗിക ദൃശ്യങ്ങൾ ലോകമെങ്ങുമുള്ള കാക്കകൾ ആ മരങ്ങളിലാണ് ചേക്കേറുന്നതെന്ന് തോന്നിപ്പോകും. അത്രയ്ക്കുണ്ട് ബഹളം. പ്ലാറ്റ്ഫോമിൽ നല്ല തിരക്കുണ്ട്. റെയിൽവേ സ്റ്റേഷനിലെ സന്ധ്യകൾ കടുത്ത ഏകാന്തതയാണ് യാത്രക്കാർക്ക് നല്കുന്നത്. പാളങ്ങൾ വിറപ്പിച്ചുകൊണ്ടെത്തുന്ന വണ്ടിക്ക് കാതോർത്ത് പ്രാരാബ്ധങ്ങളുടെ ഭാണ്ഡവും പേറി നില്ക്കുന്ന മനുഷ്യർ ഉത്തരം കിട്ടാത്ത ചോദ്യങ്ങൾ ആരോടെന്നില്ലാതെ ചോദിക്കുന്നു.

ജനലരികിൽനിന്ന് അയാൾ മാറിയതേയില്ല. ഓർഡർ ചെയ്തതനുസരിച്ച് രണ്ടുപേർക്കുള്ള ഭക്ഷണം റൂംബോയ് മേശപ്പുറത്തു വച്ചിട്ടുപോയി. മണിക്കൂറുകൾ മന്തുകാലിൽ ഇഴഞ്ഞു നീങ്ങുകയാണ്. തണൽമരങ്ങൾക്കു മുകളിൽ ഇപ്പോൾ നിലാവിന്റെ തിളക്കം കാക്കകൾ ഗാഢനിദ്രയിൽ. വണ്ടിയുടെ കിതപ്പിൽ വിഷാദരാഗം. മഞ്ഞുകാറ്റിൽ ചെമ്പകത്തിന്റെ ഗന്ധം. ഭൂമിയെ പുതപ്പിച്ച ആകാശക്കോടിയിൽ നക്ഷത്രത്തിളക്കം.

പാതിരാവണ്ടി വരികയാണ്. പൂർണ്ണമായും ശീതീകരിച്ച വണ്ടി രണ്ടാം നമ്പർ പ്ലാറ്റ് ഫോമിൽ കൊമ്പുകുത്തിനിന്നു.

പ്രിയപ്പെട്ട രത്തൻ ചക്രവർത്തീ... നിങ്ങൾ ഈ വണ്ടിയിൽ വരില്ലെന്ന് എനിക്ക് നന്നായറിയാം. എല്ലാം ഞാൻ മെനഞ്ഞെടുത്ത ഒരു കെട്ടുകഥ. ഒരു മാസത്തിലധികമായി ഈ കെട്ടുകഥ ഞാൻ എഴുതിക്കൊണ്ടിരിക്കുന്നു. ഇന്ന് ഞാൻ ഈ കഥയുടെ ക്ലൈമാക്സ് എഴുതിത്തീർക്കും. നിങ്ങൾക്കു വേണമെങ്കിൽ അതൊരുനാടകമാക്കി മാറ്റാം. കട്ടക്കിൽ നടക്കുന്ന തിയേറ്റർ ഒളിമ്പ്യാഡിൽ അവതരിപ്പിക്കാം. അഭിനയിക്കാൻ

പ്രയാസമാണെങ്കിലും നിങ്ങൾ നല്ലൊരു സംവിധായകനാണല്ലോ. ഇന്നു ഞാൻ എഴുതിത്തീർക്കുന്ന കഥ നാടകം എന്ന മാധ്യമത്തിലേക്ക് പറിച്ചു നടാൻ നിങ്ങളോളം സമർത്ഥനായ മറ്റൊരു സംവിധായകനെ ഞാൻ കാണുന്നില്ല. ഞാൻ വാക്കുകളുടെ നെഞ്ചിനുള്ളിലുറങ്ങുന്ന ദൃശ്യങ്ങളെ വേട്ടയാടിപ്പിടിക്കാൻ നിങ്ങൾക്കു മാത്രമേ കഴിയൂ. തിയേറ്റർ ഒളിമ്പ്യാഡിൽ നമ്മൾ പരിചയപ്പെട്ടില്ലായിരുന്നെങ്കിൽ എന്നേ നിങ്ങൾ ആത്മഹത്യ ചെയ്യുമായിരുന്നു. വീർത്തുചീർത്ത് പൊട്ടിയൊലിക്കുന്ന മന്തുകാലുമായി ഒരു നിമിഷംപോലും ജീവിതത്തിന്റെ അരങ്ങിൽ നില്ക്കാൻ കഴിയില്ലെന്ന് നിങ്ങൾ തീരുമാനിച്ചതായിരുന്നു. നിങ്ങൾക്ക് ആ തീരുമാനം മാറ്റേണ്ടി വന്നു. അതിനുശേഷമാണ് ഒട്ടേറെ അംഗീകാരങ്ങൾ നിങ്ങളെ തേടിയെത്തിയത്. രാജ്യത്തിനകത്തുനിന്നും പുറത്തുനിന്നും. ഇന്ന് ലോകനാടക ദിനമാണല്ലോ. ഇത്തവണ ലോകനാടക സന്ദേശം നല്കിയ *തേഡ് വേൾഡ് ബൺഹൈറ്റ്,* എന്ന നാടക സംഘത്തിന്റെ ഡയറക്ടർ ബ്രെറ്റ് ബെയ്‌ലിയെക്കുറിച്ച് രണ്ടുവർഷം മുമ്പുതന്നെ നിങ്ങൾ എന്നോടു പറഞ്ഞിട്ടുണ്ട്. ഓർക്കുന്നില്ലേ, ഭരണകൂടത്തിന്റെ അടിച്ചമർത്തലും കുത്തക മുതലാളിത്തത്തിന്റെ പകൽ കൊള്ളയും അഭയാർത്ഥികളാക്കിയ ദശലക്ഷക്കണക്കിന് മനുഷ്യരെക്കുറിച്ചുള്ള ഉൽക്കണ്ഠയായിരുന്നു അയാളുടെ നാടക സന്ദേശത്തിൽ. വന്ധ്യംകരിക്കപ്പെടുന്ന വനങ്ങൾ ഉന്മൂലനാശം ചെയ്യപ്പെടുന്ന ജീവജാലങ്ങൾ വിഷലിപ്തമാക്കപ്പെടുന്ന മഹാസമുദ്രങ്ങൾ ഈ കാലഘട്ടത്തിൽ നാം നിർബ്ബന്ധിക്കപ്പെടുന്നത് ഏത് രചനാമാതൃക സ്വീകരിക്കാനാണ്? വിപണിയുടെ തന്ത്രങ്ങൾക്കു വഴങ്ങുന്ന ആവിഷ്കാര മാതൃകകളോ? ബെയ്‌ലി ചോദിക്കുന്നുണ്ട്.

നിങ്ങൾക്കുത്തരമുണ്ടോ?

ഇല്ല.

എനിക്കുത്തരമുണ്ടോ?

ഇല്ല.

പാതിരാക്കാഴ്ചകളെ ജനൽ തിരശ്ശീലകൊണ്ട് മറച്ച് അയാൾ കസേരയിലിരുന്നു. കറുത്ത ബാഗ് തുറന്നു. ബാഗിനകത്തെ സാധനങ്ങളോരോന്നോരോന്നായി പുറത്തെടുത്തിട്ടു.

അഞ്ചുമീറ്റർ നീളമുള്ള അല്പം തടിച്ച നൈലോൺ കയർ, പ്ലാസ്റ്റർ, കത്തി. ഒരു സ്വർണ്ണനാണയം. പുതുതലമുറ ബാങ്കിന്റെ ജപ്തി നോട്ടീസ്. ചാനൽ മേധാവിയുടെ പിരിച്ചുവിടൽ നോട്ടീസ്.

കുറേനേരം അയാൾ ആ വസ്തുക്കളിൽത്തന്നെ നോക്കിനിന്നു. അവ അന്യോന്യം സംസാരിക്കുന്നതുപോലെ. കത്തി സ്വർണ്ണ നാണയത്തിനോട്. പ്ലാസ്റ്റർ പിരിച്ചുവിടൽ നോട്ടീസിനോട്. നൈലോൺ കയർ ജപ്തി നോട്ടീസിനോട്.

ഡോർ ബെൽ!

ഞെട്ടലോടെ അയാൾ എഴുന്നേറ്റു.

ആരായിരിക്കും?

ആർക്കും ഒരുസംശയവും തോന്നാത്തവിധമാണല്ലോ എല്ലാം പ്ലാൻ ചെയ്തത്! രണ്ടുപേർക്കുള്ള ഭക്ഷണം പറഞ്ഞതുപോലും ലോഡ്ജിലെ ജീവനക്കാരെ കബളിപ്പിക്കാനായിരുന്നു.

വീണ്ടും ബെല്ലടി

വാതിലിനടുത്തേക്ക് നെഞ്ചിടിപ്പോടെ.

കീ ഹാളിലൂടെ പുറത്തേക്കുനോക്കി.

കുർത്തയും പൈജാമയും!

ആനക്കാലൻ പൈജാമ!

എല്ലാം മറന്നുകൊണ്ട് അയാൾ വാതിൽ തുറന്നു.

മുമ്പിൽ രത്തൻ ചക്രവർത്തി നില്ക്കുന്നു!

ഹൃദയതാളം നിലയ്ക്കുകയാണോ?

സ്വപ്നമായിരിക്കുമോ?

കൈയിൽ ചക്രവർത്തിയുടെ മുറുകിപ്പിടുത്തം.

അകത്തേക്കു പതുക്കെ.

സ്വപ്നമല്ല.

"എന്താടോ താനിങ്ങനെ വിരണ്ടു നില്ക്കുന്നത്?"

ചക്രവർത്തിയുടെ ചോദ്യത്തിന് അയാൾക്ക് ഉത്തരമില്ല.

മേശപ്പുറത്ത് നിരത്തിവച്ചിരിക്കുന്ന മരണക്കോപ്പുകൾ വിശദമായി നിരീക്ഷിക്കുകയാണ് രത്തൻ

അരുതെന്നു പറയാൻ കഴിയാതെ അയാളുടെ നാവ് കുഴയുന്നു. ഉയർത്താൻ കഴിയാത്ത കൈകൾ തൂങ്ങി നില്ക്കുന്നു.

എന്തെങ്കിലും പറ

മരണക്കോപ്പുകളിൽനിന്നു കണ്ണെടുക്കാതെ രത്തൻ ചക്രവർത്തി

"അല്ല സുഹൃത്തേ.... ഒരു മുന്നറിയിപ്പുമില്ലാതെ നിങ്ങൾ ഇത്രയും ദൂരം പിന്നിട്ട്.."

ആരു പറഞ്ഞു മുന്നറിയിപ്പില്ലായിരുന്നെന്ന്? ഞാൻ രാത്രി വണ്ടിക്ക് വരുന്നുണ്ടെന്ന് നിങ്ങൾ ഭാര്യയോട് പറഞ്ഞില്ലേ? ഡ്രീം ലാന്റ് ലോഡ്ജിലെ നൂറ്റി ഒന്നാം നമ്പർ മുറിയിലാണ് താമസുമെന്നുപോലും അവളോടു പറഞ്ഞില്ലേ? വണ്ടിയിറങ്ങിയപ്പോൾ നിങ്ങളെ കണ്ടില്ല. വീട്ടിലേക്കു വിളിച്ചു. നേരെ ഇങ്ങോട്ടേക്കു വന്നു. ഡോർ ബെല്ലിൽ വിരലമർത്തി. നിങ്ങളുണ്ട് മുമ്പിൽ നില്ക്കുന്നു! മുന്നറിയിപ്പില്ലാതെയാണ് വന്നതെന്ന് ഇനിയും കള്ളം പറയരുത്.

പക്ഷേ, ഞാൻ...

അയാൾ എന്തോ പറയാൻ തുടങ്ങിയപ്പോഴേക്കും രത്തൻ ചക്രവർത്തി തുടർന്നു.

"കയറിന്റെ ഉപയോഗം മനസ്സിലായി. പക്ഷേ, ഈ പ്ലാസ്റ്റർ?"

"ചുണ്ടിൽ ഒട്ടിക്കാൻ. ശബ്ദം പുറത്തുവരാതിരിക്കാൻ. നാവ് പുറത്തേക്ക് തള്ളുന്നത് ഒഴിവാക്കാൻ."

"ഈ സ്വർണ്ണ നാണയം?"

"നാവിനടിയിൽ വയ്ക്കാൻ"

"എന്തിന്?"

"കടത്തുകൂലി"

"കടത്തുകൂലിയോ?"

അതെ. കൈക്കൂലി കൊടുത്തില്ലെങ്കിൽ കടത്തുകാരൻ കരോൺ പരേതാത്മാക്കളെ സ്റ്റിക് നദി കടത്തി വിടില്ലെന്ന് വായിച്ചുകേട്ടിട്ടുണ്ട്.

രത്തൻ ചക്രവർത്തി പൊടുന്നനെ അയാളുടെ കവിളിൽ ആഞ്ഞടിച്ചു. അപ്രതീക്ഷിതമായി വീണ അടിയുടെ ആഘാതത്തിൽ അയാൾ കിടക്കയിലേക്കു തെറിച്ചു.

ആത്മവഞ്ചകൻ! മനുഷ്യബന്ധങ്ങളിലുള്ള വിശ്വാസം നിനക്കിത്ര വേഗം നഷ്ടപ്പെട്ടുപോയതെങ്ങനെ? ഇത്രയും കാലം അരങ്ങിലെന്നപോലെ നീ അഭിനയിക്കുകയായിരുന്നോ?

ഒരക്ഷരം പറയാൻ കഴിയാതെ അയാൾ തരിച്ചിരുന്നുപോയി. രത്തൻ കസേരയിലിരുന്ന് വിതുമ്പിക്കരഞ്ഞു.

വലിയൊരു കൊടുങ്കാറ്റും പേമാരിയും തകർത്താടിയ ശേഷമുള്ള നിശ്ശബ്ദതയിലേക്ക് പകലിന്റെ ഉണർത്തുപാട്ട്.

ജനൽ തിരശ്ശീല മാറ്റി അയാൾ പുറത്തേക്കു നോക്കി.

തണൽ മരത്തിലെ കാക്കകൾ ഇരതേടി പലഭാഗത്തേക്കും പറന്നുപോകുന്നു. ആദ്യവണ്ടി പിടിക്കാൻ ജനങ്ങളും വാഹനങ്ങളും തിക്കിത്തിരക്കി റോഡിലൂടെ മുന്നോട്ട്. പ്ലാറ്റ്ഫോം സജീവമായിരിക്കുന്നു. പുതിയ ദിവസം! പുതിയ നാടകങ്ങൾ.

ബാത്ത്റൂമിൽനിന്ന് രാത്രിയിലെ പൊള്ളുന്ന ഓർമ്മകൾ കഴുകിക്കളഞ്ഞ് രത്തൻ ചക്രവർത്തി പുറത്തേക്കുവന്നു.

രഥചക്രം

ആദ്യത്തെ കൊലപാതകം നടത്തിയിട്ട് പത്ത് മണിക്കൂർ കഴിഞ്ഞിരിക്കുന്നു. ദൈവനിശ്ചയമായിരിക്കണം. പിടിക്കപ്പെടാതെ ഇവിടംവരെ എത്തി. ചുരം കയറിത്തുടങ്ങുമ്പോൾ വിളറിയ മഞ്ഞവെയിൽ പിന്നാലെയുണ്ടായിരുന്നു. നാലാം വളവിലെത്തിയപ്പോഴേക്കും ഒരടി മുന്നോട്ടുവയ്ക്കാൻ കഴിയാത്തവിധം ഇരുട്ട് പരിസരമാകെ മൂടിക്കഴിഞ്ഞിരുന്നു. ഒരു ചുവടു താങ്ങിയിൽ ചാരി ഞാൻ നിന്നുപോയി. മലവെള്ളം ഒഴുക്കിക്കൊണ്ടുവന്ന ഒരു മരക്കൊമ്പ് കരിങ്കൽ കൂട്ടത്തിൽ തങ്ങി നില്ക്കുന്നതുപോലെ.

അടിവാരംവരെ എന്നെ കൊണ്ടുവന്ന ലോറി ഹോട്ടലിന്റെ പാർക്കിങ് ഏരിയയിൽ നിർത്തിയിട്ടു. വസൂരിക്കലയുള്ള മുഖവും കലങ്ങിയ കണ്ണുകളുമുള്ള ഡ്രൈവർ ചുണ്ടിലെ എരിയുന്ന സിഗററ്റിൽനിന്ന് ഒരു കവിൾ പുക വിഴുങ്ങി മൂക്കിന്റെ ഗുഹാമുഖങ്ങളിലൂടെ പുറത്തുവിട്ടുകൊണ്ട് പറഞ്ഞു.

“ഞങ്ങളിനി നാളെ രാവിലെ മാത്രമേ ചുരം കയറുന്നുള്ളൂ. ഇവിടെ ഞങ്ങൾക്ക് ചില എടപാടുകളൊക്കെയുണ്ട്. അതൊന്നും നിങ്ങളെപോലുള്ള ഗാന്ധിയന്മാർക്ക് പറഞ്ഞ പണിയില്ല. പോയ്ക്കൊ ധൈര്യമായി ചുരം കയറിക്കോ. നിങ്ങളെ സഹായിക്കാൻ ഏതെങ്കിലുമൊരു വാഹനം പിന്നാലെ വരാതിരിക്കില്ല.”

പട്ടാപ്പകൽ ഒരു കുഞ്ഞുജീവൻ കത്തികൊണ്ട് തോണ്ടിയെടുത്ത് പുറത്തിട്ട് ദിക്കും ദേശവുമില്ലാതെ എന്നിൽനിന്നുതന്നെ കുതറിയോടുന്നതിനിടയിൽ തീരെ അപരിചിതനായ ഒരു മനുഷ്യൻ അച്ചണിയൂരിലെ എന്റെ ജീവിതരഥചക്രത്തിനു കുറുകെ തന്റെ ഇരുചക്രവാഹനം നിർത്തിയിട്ട് കയറിക്കൊള്ളാൻ പറഞ്ഞു. മുൻപിൻ നോക്കാതെ ഒരു മരയോന്തി

നെപ്പോലെ ഞാനതിൽ പിടിച്ചുകയറിയിരുന്നു. നെറ്റിയിൽ ചന്ദനക്കുറിയും ചെവിയിൽ തുളസിക്കതിരുമുള്ള അയാളെ എനിക്ക് അവിശ്വസിക്കേണ്ട ഒരു കാര്യവുമില്ല. ഒരു മനുജീവിയുടെ ചോരയൂറ്റിക്കുടിച്ച എന്റെ ദേഹത്തിന്റെ നിറപ്പകർച്ചയിൽ ഞാൻ എനിക്കുതന്നെ അപരിചിതനായിക്കൊണ്ടിരുന്നു. ഊറ്റിക്കുടിക്കുന്നതിനിടയിൽ തെറിച്ചുപോയ ചോരത്തുള്ളികൾ എന്റെ മുഖത്തും ഉടുപ്പിലും ഉണങ്ങാതെ കിടന്നിരുന്നു. ഏതൊക്കെയോ ഇടവഴികളിലൂടെ, മെരുങ്ങാൻ കൂട്ടാത്ത ചക്രങ്ങളെ മെരുക്കിയെടുത്തുകൊണ്ട് അയാൾ കുതിച്ചുകൊണ്ടിരുന്നു. ഒന്നുപതുക്കെ എന്ന് ഞാൻ പറഞ്ഞതൊന്നും അയാൾ കേൾക്കുന്നുണ്ടായിരുന്നില്ല. ദേശീയപാത ഒരു വളവുതിരിയുന്ന കുന്നിൻ പുറത്ത് അയാൾ തന്റെ വണ്ടി നിർത്തി എന്നോടിറങ്ങാൻ പറഞ്ഞു.

ഞാൻ ഇറങ്ങി.

പാതയുടെ ഇരുവശവും ഇടതൂർന്ന കാടുകളായിരുന്നു. ബൈക്കിന്റെ സൈഡ് ബോക്സിൽനിന്ന് ഒരു കടലാസു പൊതിയെടുത്ത് അയാൾ കാടിനുള്ളിലേക്ക് നടന്നു. പിന്നാലെ ഞാനും. അറവുശാലയിലെ അവശിഷ്ടങ്ങൾ ചാക്കിൽ പൊതിഞ്ഞ് പാതിരാവിൽ ജീപ്പിലോ ലോറിയിലോ കൊണ്ടുവന്ന് തള്ളുന്ന പ്രദേശമായിരുന്നു അത്. മനംപുരട്ടുന്ന ദുർഗ്ഗന്ധം! അയാൾ എന്നോട് ഉടുപ്പെല്ലാം ഊരാൻ പറഞ്ഞു. ആദ്യം ഞാൻ ചോര പുരണ്ട ഷർട്ട് ഊരി നിലത്തിട്ടു.

പോരാ, ബനിയൻ, മുണ്ട്, ലങ്കോട്ടി.... എല്ലാം! വേഗം..!

അയാളുടെ മുഖം അങ്ങിങ്ങായി മുറുകുന്നത് ഞാൻ കണ്ടു.

ഞാൻ വേഗം മുണ്ടഴിച്ച് നിലത്തിട്ടു. പിന്നെ ബനിയൻ. ഇനിയുള്ളത് ലങ്കോട്ടി മാത്രം.

മടിച്ചുനിന്ന എന്റെ മേൽ തീക്കനൽപോലെ ഒരു നോട്ടം!

ഉടൻ ഞാൻ ലങ്കോട്ടി ഊരി മുണ്ടിന്മേമലിട്ടു കൈപ്പത്തികൾകൊണ്ട് ജനനേന്ദ്രിയത്തെ പൊതിഞ്ഞു തലതാഴ്ത്തിനിന്നു.

'നാണമാകുന്നുണ്ടോടാ?' എന്നുപറഞ്ഞ് അയാൾ എന്റെ കൈകൾ തട്ടിമാറ്റി. ജനനേന്ദ്രിയത്തെ പതുക്കെ കരുതലോടെ ഞെരിച്ചുകൊണ്ട് വികൃതമായ മുഖഭാവത്തോടെ, അതിലും വികൃതമായ ശബ്ദത്തിൽ പറഞ്ഞു:

“ഗാന്ധിയനായിട്ടും നാണം പോയില്ല, അല്ലേടാ. നാണത്തെ അതിജീവിക്കേണ്ടതെങ്ങനെയെന്ന് ഗാന്ധി കാണിച്ചു തന്നിട്ടുണ്ട്. കൊച്ചു കള്ളൻ; കൊള്ളാം. നന്നായിട്ടുണ്ട്. ഇതാ. ഈ ഉടുപ്പെടുത്തിട്.”

എന്റെ നേർക്കു നീണ്ട കടലാസുപൊതിയിൽ എനിക്കു പാകമായ ഉടുപ്പുകളായിരുന്നു. അണ്ടർവെയർ ബനിയൻ, മുണ്ട്, ജുബ്ബ, എല്ലാം കാവിമയം. പക്ഷേ, അതൊന്നും പുതിയ ഉടുപ്പുകളായിരുന്നില്ല. ജുബ്ബയുടെ കോളറിനുള്ളിൽ അത് തയ്ച്ച സ്ഥാപനത്തിന്റെ പേര് തുന്നിപ്പിടിപ്പിച്ചിട്ടുണ്ട്. അത് ഇളകി തൂങ്ങി നില്ക്കുകയാണ്. മൂന്ന് ബട്ടനുകളിൽ ഒന്നിന്റെ നിറം വെളുപ്പായിരന്നു ഇളകിപ്പോയ പല്ലിന്റെ സ്ഥാനത്ത് കയറിയിരി

ക്കുന്ന കൃത്രിമപ്പല്ലുപോലെ അത് എന്നെ നോക്കി ഒരു പേച്ചിരി ചിരിച്ചു. ബനിയന്റെ കൈകളുടെ മൂലയിലുള്ള വിയർപ്പുകറ കാവിനിറത്തെ തെല്ലൊന്ന് അലോസരപ്പെടുത്തിയിട്ടുണ്ട്. ആരുടേതായിരിക്കും ഈ ഉടുപ്പുകളത്രയും. ഏതെങ്കിലും കൊലപാതകിയുടേതായിരിക്കുമോ? ചോരക്കറ നീക്കി അലക്കിത്തേച്ച് എനിക്കുവേണ്ടി തയ്യാറാക്കിക്കൊണ്ടുവന്നതായിരിക്കുമോ? ആയിരിക്കാൻ ന്യായമുണ്ട്. കാരണം അയാൾ എന്റെ ഷർട്ടും മുണ്ടും ബനിയനും അണ്ടർവെയറും ഭംഗിയായി മടക്കി കടലാസിൽ പൊതിഞ്ഞ് കൈയിലെടുത്തു. ഇനിയത് ചോരക്കറ കളഞ്ഞ് അലക്കിത്തേച്ച് ബൈക്കിന്റെ സൈഡ് ബോക്സിൽ കരുതിവയ്ക്കും. മറ്റൊരു കൊലപാതിക്കുവേണ്ടി. ശരിയാണ്. അയാൾ ആ കടലാസുപൊതി സൈഡ് ബോക്സിൽ വച്ചുകഴിഞ്ഞു.

"ഞാനിനി അങ്ങോട്ടില്ല." അയാൾ പറഞ്ഞു. "എനിക്കിവിടെ ചില കാര്യങ്ങൾ ചെയ്തു തീർക്കാനുണ്ട്. അതൊന്നും നിങ്ങളെപ്പോലുള്ള ഗാന്ധിയന്മാർക്ക് പറഞ്ഞാൽ മനസ്സിലാവില്ല. ഇവിടെത്തന്നെ നിന്നോളൂ നിങ്ങളെ സഹായിക്കാൻ ഏതെങ്കിലുമൊരു വാഹനം എത്താതിരിക്കില്ല." ഇത്രയും പറഞ്ഞ് എന്നെ റോഡരികിൽ തനിച്ചാക്കി അയാൾ തന്റെ വാഹനത്തിൽ കയറി. പടപടാ ശബ്ദത്തോടെ പുക തുപ്പിക്കൊണ്ട് ആ വാഹനം അതിവേഗം മുന്നോട്ടു കുതിച്ചു. വെറുമൊരു പുകച്ചുരുളായി അത് മാറി. ഒരു മനുഷ്യൻ അതിനകത്തുണ്ട് എന്ന് വിശ്വസിക്കാൻ പ്രയാസം.

ആരാണിയാൾ? എവിടെ നിന്നു വന്നു. ഒരു നിശ്ചയവുമില്ല. രഥ ചക്രത്തിന്റെ അച്ചാണി വീണ്ടും അയഞ്ഞു തുടങ്ങി. ഊരി വീണു. അച്ചാണിയില്ലാത്ത തേര് മുച്ചാൺ ഓടില്ല. കൊടുങ്കാടാണ് ഇരുവശവും മുന്നോട്ടു നീങ്ങുന്നത് കരുതി വേണം. ഇവിടെയാണെങ്കിൽ വല്ല സംശയവും തോന്നിയാൽ കാടിനുള്ളിൽ കടക്കാം. അതു വേണ്ടിവന്നില്ല. ഒരു ലോറി കയറ്റം കയറി കിതച്ചുകൊണ്ട് മുമ്പിൽവന്നുനിന്നു മുഖത്ത് വസൂരിക്കലയുള്ള ഡ്രൈവർ എന്നെ സൂക്ഷിച്ചു നോക്കിയശേഷം പറഞ്ഞു.

"വരുന്നുണ്ടെങ്കിൽ കയറിക്കോ."

ഞാൻ വളരെ പെട്ടെന്ന് ഒരഭ്യാസിയെപ്പോലെ ലോറിക്കകത്തേക്ക് ചാടിക്കയറി. കാതിന്റെ അറ്റംവരെ നീളുന്ന കട്ടിമീശയുള്ള കിളിയും മുഖത്തു വസൂരിക്കലയുള്ള ഡ്രൈവറും എന്നെ ഇടയ്ക്കിടെ തുറിച്ചു നോക്കിക്കൊണ്ടിരുന്നു. പക്ഷേ, അവർ ഒന്നും തന്നെ എന്നോടു ചോദിച്ചില്ല. എങ്ങോട്ടാണ് പോകേണ്ടതെന്നുപോലും. അങ്ങനെ ചോദിച്ചാൽ എന്റെ കൈയിൽ ഉത്തരമില്ലെന്ന് അവർ മുൻകൂട്ടി അറിഞ്ഞതുപോലെ. ബൈക്കിൽ പറന്നെത്തിയ ചെറുപ്പക്കാരന്റെയും ലോറിയുടെ ഡ്രൈവറുടെയും വർത്തമാനം ഒരേ രീതിയിൽ. രണ്ടുപേർക്കും എന്റെ ജന്മരഹസ്യത്തെക്കുറിച്ച് പിടിപാടുള്ളതുപോലെ ഗാന്ധിയിൽനിന്ന് ഗോഡ്സെയിലേക്കുള്ള എന്റെ കൂടുമാറ്റത്തിനു പിന്നിലെ ഗണിതശാസ്ത്രത്തെക്കുറിച്ച് തികഞ്ഞ ധാരണയുള്ളതുപോലെ. അതുകൊണ്ടായിരിക്കണം രണ്ടു

പേരും ഗാന്ധിയനായ നിനക്കിതൊന്നും പറഞ്ഞാൽ മനസ്സിലാവില്ലെന്നു പറഞ്ഞത്.

ചുരം കയറി വരുന്ന ഏതോ വാഹനത്തിന്റെ തീക്ഷ്ണമായ വെളിച്ചം അഗാധ ഗർത്തങ്ങൾക്കു മുകളിൽ പടർന്നുകൊണ്ടിരുന്ന നേർത്ത മഞ്ഞ ലകളിൽ തട്ടി തെന്നിവീണ് ഇടയ്ക്കിടെ ഇല്ലാതായിക്കൊണ്ടിരുന്നു. താഴ്വരയിലും ഒരാകാശം രൂപംകൊള്ളുകയാണ്. വീട്ടുവെളിച്ചങ്ങൾ അങ്ങിങ്ങായി നക്ഷത്രങ്ങൾ പോലെ കണ്ണു തുറന്നും കണ്ണടച്ചുംകൊണ്ടി രുന്നു. മുകളിലത്തെ ആകാശവും താഴത്തെ ആകാശവും തമ്മിൽ നിഗൂ ഢമായ എന്തെല്ലാമോ രഹസ്യങ്ങൾ അന്യോന്യം കൈമാറുകയാണ് അതിനിടയിലുള്ള നില്പിന്റെ അർത്ഥമറിയാതെ വിഷമിച്ചു നില്ക്കെ ഒരു രൂപം എന്റെ മുമ്പിൽ തെളിഞ്ഞുകൊണ്ടിരുന്നു. താഴ്വരയിൽനിന്ന് അയാൾ നടന്നടുക്കുകയാണ്. ചുമടുതാങ്ങിയുടെ ഒരറ്റത്തെ കരി ങ്കൽത്തൂണു ചാരി അയാൾ ഇരുന്നുപോയി. ഇരിക്കുന്നതാണ് നല്ലതെന്ന് അപ്പോൾ എനിക്കും തോന്നി. ചുമടുതാങ്ങിയുടെ ഇങ്ങേയറ്റത്തെ തൂണു ചാരി ഞാനും ഇരുന്നു. ഇരുന്നതല്ല, അതൊരു ഊർന്നു വീഴലായിരുന്നു. തൂണു ചാരി, കാലുകൾ നീട്ടിവച്ച്, കൈകൾ നിലത്തുകുത്തിയിരിക്കു മ്പോൾ 'അമ്മേ മഹാമായേ' എന്ന് ഞാൻ ഉറക്കെ വിളിച്ചുപോയി. അപ രിചിതനായ ഒരാൾ അടുത്തിരിക്കുമ്പോൾ അത്രത്തോളം വേണ്ടായിരു ന്നെന്ന് വളരെ പെട്ടെന്നു തന്നെ എനിക്കു തോന്നി. പുറത്തു കടന്ന വാക്കിനെ തിരിച്ചെടുക്കാൻ കഴിയില്ലല്ലോ എന്നോർത്ത് ഞാൻ ഏറെ വിഷമിച്ചു. അടുത്തിരിക്കുന്ന ആൾ എന്നേക്കാൾ സമർത്ഥനാണ്. നില ത്തേക്കൂർന്നു വീഴുമ്പോൾ അയാളുടെ നെഞ്ചിൻ കൂടിനുള്ളിൽനിന്നും അറിയാതെ ചിലവാക്കുകൾ പുറത്തുവന്നിരുന്നു. തൊട്ടടുത്തിരിക്കുന്ന വനുപോലും മനസ്സിലാക്കാൻ കഴിയാത്തവിധം അവ്യക്തമായിരുന്നു അത്. അങ്ങനെയാണ് വേണ്ടത്. വാക്കുകൾ സൂക്ഷിച്ച് പുറത്തെടുക്കണം. അല്ലെങ്കിൽ അത് നിലത്തു വീഴും. എടുക്കാൻ കുനിയുമ്പോഴേക്കും അത് മുളച്ചു പൊങ്ങും. തളിരിടും. പുഷ്പിക്കും. വാക്കുകളുടെ ഉടമയുടെ സ്വത്വം വെളിപ്പെടുത്തും. അത് ആ സമയത്തിനും സന്ദർഭത്തിനും എതി രായിരിക്കും.

"എങ്ങോട്ടാണ്?"

തൊട്ടടുത്തിരിക്കുന്നവന്റെ ചോദ്യം.

പരുക്കൻ ശബ്ദം.

ഉത്തരമില്ലാത്ത ചോദ്യത്തെ ഞാൻ കുറച്ചു നേരം നോക്കി. ഉത്തര മില്ലാത്ത ചോദ്യം. എങ്കിലും ഈ സന്ദർഭത്തിൽ എന്തെങ്കിലുമൊരുത്തരം പറഞ്ഞേ തീരൂ.

"അങ്ങനെ പ്രത്യേകിച്ചൊരു ലക്ഷ്യവുമില്ല."

ഞാൻ പറഞ്ഞു.

ഇടയ്ക്ക് പിന്നെയും നിശ്ശബ്ദത.

"നിങ്ങളെങ്ങോട്ട്?"

ഞാൻ ചോദിച്ചു.

“എനിക്കും പ്രത്യേകിച്ചൊരു ലക്ഷ്യവുമില്ല. പക്ഷേ, എന്നെ താഴ്വരയിലെത്തിച്ച ആൾ എന്നോടു പറഞ്ഞിരുന്നു. നിങ്ങൾ ചുരം കയറിത്തുടങ്ങിയിട്ടുണ്ടെന്ന്. രണ്ടാം വളവിൽ വച്ചുതന്നെ ഞാൻ നിങ്ങളെ കണ്ടു. ഒരു നിശ്ചിത അകലം പാലിച്ച് ഞാൻ പിന്നാലെ നടന്നു.”

ഒരു കടങ്കഥയായി അയാളുടെ വാക്കുകൾ എനിക്കു ചുറ്റും നിരന്നു. അപ്പോഴേക്കും ഒരു ലോറി നാലാം വളവിലെത്തി. ഞങ്ങളെ വെളിച്ചത്തിൽ കുളിപ്പിച്ചു. ഞാൻ ആ മുഖം ശരിക്കും കണ്ടു. ഏതാണ്ട് എന്റെ അതേ പ്രായക്കാരനാണയാൾ. ഇരുപത്തഞ്ചിനും മുപ്പതിനുമിടയിൽ. വേഷം പരിഷ്കൃതമായിരുന്നു. വെള്ള പാന്റ്സും ഷേർട്ടും. താടി വളർത്തിയിട്ടുണ്ട്. അയാൾ എന്നെ മനസ്സിൽ വരയ്ക്കുന്നുണ്ടായിരുന്നു. അപ്പോഴേക്കും ലോറി നിർത്താതെ ചുരം കയറിപ്പോയി. ഞങ്ങൾ വീണ്ടും ഇരുട്ടിലായി.

“അല്ല, നിന്നെ താഴ്വരയിലെത്തിച്ച ആൾ നിങ്ങളോട് മറ്റെന്തെങ്കിലും പറഞ്ഞോ?”

ഞാൻ ചോദിച്ചു.

“പറഞ്ഞു.”

“എന്തു പറഞ്ഞു”

“എല്ലാം. എല്ലാം പറഞ്ഞു. എന്നെപ്പോലെത്തന്നെ നിങ്ങളും ഒരാളെ തട്ടിയിട്ടാണ് വരുന്നതെന്ന്.”

“ഞാൻ ശരിക്കും ഞെട്ടി.”

പിന്നെയും നീണ്ട മൗനം.

“എങ്കിലും അത് വളരെ മോശമായിപ്പോയി.”

അയാൾ മൗനത്തെ ഒരു വാചകത്തിൽ കുരുക്കി.

“ഏത്?”

നെഞ്ചിടിപ്പോടെ ഞാൻ ചോദിച്ചു:

“ഒന്നാം ക്ലാസിൽ പഠിക്കുന്ന ഒരു കൊച്ചു കുഞ്ഞിനെ കൊലക്കത്തിക്കിരയാക്കി ഒളിച്ചു നടക്കാൻ നാണമില്ലേ നിങ്ങൾക്ക്?”

ശ്വാസം നിലച്ചതുപോലെയായി ഞാൻ. നിലത്തു കുത്തിയ കൈകൾ അയഞ്ഞു. കഴുത്ത് കുനിഞ്ഞു.

“സായാഹ്ന പത്രത്തിൽ എല്ലാം വിശദമായുണ്ട്. ഉപ്പയോടും ഉമ്മയോടും യാത്ര ചോദിച്ച് സഹോദരങ്ങളോടും കൂട്ടുകാരോടുമൊപ്പം സ്കൂളിലേക്കു നടന്നു പോകുന്ന ഒരു കൊച്ചുകുഞ്ഞ്! മരണം അവൻ മുൻകൂട്ടി കണ്ടിരിക്കാം! യാത്ര ചോദിക്കുമ്പോൾ മൊബൈലിൽ തന്റെയൊരു ഫോട്ടോ എടുക്കാൻ ഉപ്പയോട് ആവശ്യപ്പെടുന്ന കൊച്ചുമിടുക്കൻ. അതായിരുന്നു അവന്റെ അവസാനത്തെ ആഗ്രഹം. ഉപ്പ എടുത്ത ആ ഫോട്ടോ ആണ് ഇന്നത്തെ സായാഹ്നപത്രങ്ങളിലെല്ലാം പാവം, മറ്റു കുട്ടികളോടൊപ്പം നടന്നെത്താൻ അവന് കഴിയുമായിരുന്നില്ല. ഒരു കാലിന് നല്ല സ്വാധീനമില്ല. പിന്നിലായിപ്പോയി അവൻ. കുറ്റിക്കാട്ടിൽ കൊലക്ക

ത്തിയുമായി പതുങ്ങിയിരിക്കുകയായിരുന്ന നിങ്ങൾ അവന്റെ മേൽ ചാടി വീണു. ആദ്യത്തെ വെട്ട് കഴുത്തിൽ. അത് മതിയായിരുന്നു"

"ഇളം കരിക്കു ചെത്തുന്നതുപോലെ അനായാസമായ കർമ്മം. ചോരത്തുള്ളികൾ തെറിച്ചു നിന്റെ മുഖത്തും ഉടുപ്പിലും. ഒരു നിലവിളി! അത് പൂർത്തിയാകുംമുമ്പേ തല കഴുത്തിൽനിന്ന് അറ്റുപോയി. അപൂർണ്ണമായ ആ നിലവിളിയിലേക്കാണ് അവന്റെ സഹോദരങ്ങളും കൂട്ടുകാരും നോക്കിയത്. അവരിൽ പലരും അവിടെത്തന്നെ തളർന്നു വീണുപോയി. മറ്റുള്ളവർ കൂട്ട നിലവിളി തുടങ്ങി. നിങ്ങൾ അതിനിടയിൽ സമർത്ഥമായി രക്ഷപ്പെട്ടു. പത്രം പറയുകയാണ്, നിങ്ങൾ ഒരു മനോരോഗിയാണെന്ന്. നിങ്ങളെ രക്ഷപ്പെടുത്താൻ അതുമതി. ഒരുതരത്തിൽ പറഞ്ഞാൽ അത് ശരിയാണ്. നിങ്ങളും ഞാനും മനോരോഗികളാണ്. ആരാണ് നമുക്ക് ഈ മനോരോഗം തന്നത് ആരാണ് സുഹൃത്തേ?"

മുഖം കാൽമുട്ടുകൾക്കിടയിലൊളിപ്പിച്ച് വിറച്ചുകൊണ്ടിരിക്കുകയായിരുന്ന എന്റെ വാക്കുകളുടെ നിയന്ത്രണം പൂർണ്ണമായും നഷ്ടപ്പെട്ടു. എന്റെ അലർച്ച ഞാൻ തന്നെ ഞെട്ടലോടെ കേൾക്കുകയാണ്.

"അറിയില്ല! അറിയില്ല! ആരാണെന്നെ മനോരോഗിയാക്കിയതെന്ന് എനിക്കറിയില്ല. ഒന്നുമാത്രം എനിക്കറിയാം. ഞാനാണ് ആ കൊച്ചുകുഞ്ഞിന്റെ തലയറുത്തത്! ആ കത്തിയുടെ വായ്ത്തല രാകി മിനുക്കിയെടുത്തതും കത്തി എന്റെ കൈയിൽ പിടിപ്പിച്ചതും തീപ്പൊരി പ്രസംഗങ്ങളുടെ സിഡിയാണ്. ഗോഡ്സെയുടെ ചുമലിൽ ചാരിനിന്ന ഗാന്ധി ശിഷ്യന്മാരുടെ ചുണ്ടിലെ ചിരിയാണ്. അഴിമതിയിൽ മുങ്ങിക്കുളിച്ച് കുലം നശിപ്പിച്ച അവരുടെ രാഷ്ട്രീയജീർണ്ണതയാണ്. ഒരു ശാഖയിലും ഞാൻ പോയിട്ടില്ല. ഒരു ഓഫീസേഴ്സ് ട്രെയിനിങ് ക്യാമ്പിലും ഞാൻ മുഖം കാണിച്ചില്ല. പക്ഷേ, എന്നെപ്പോലുള്ളവർക്ക് ജീവിക്കാനും വളരാനുമുള്ള രാഷ്ട്രീയ കാലാവസ്ഥ എന്റെ പാർട്ടി എനിക്കുണ്ടാക്കിത്തന്നു. എന്റെ ജീവിത രഥചക്രത്തിന്റെ അച്ചാണി അയഞ്ഞപ്പോഴെല്ലാം അത് മുറുക്കിയെടുക്കാൻ അവരെത്തി. പദ്ധതികൾ പലതും ഞാൻ സ്വയം രൂപപ്പെടുത്തി. ബിർള ക്ഷേത്രത്തിനു പിൻവശത്തെ കരിങ്ങാലി മരത്തിൽ ഗാന്ധിയുടെ മാറിടത്തിന്റെ ഉയരം അടയാളപ്പെടുത്തി ഇരുപത്തഞ്ചടി അകലെ നിന്ന് വെടിയുതിർത്ത് പരിശീലനം നേടുമ്പോൾ ഗോഡ്സെയ്ക്ക് കൂട്ടുകാരുണ്ടായിരുന്നു സഹായത്തിന്. പക്ഷേ, ഞാൻ തനിച്ചായിരുന്നു. എന്റെ ലക്ഷ്യം ആ മുടന്തൻ കുഞ്ഞായിരുന്നില്ല. അവന്റെ ഉപ്പ തന്നെയായിരുന്നു. എന്നും കുഞ്ഞുങ്ങളുടെകൂടെ അവനും ഉണ്ടാകുമായിരുന്നു. ഇന്നു രാവിലെ അവൻ തന്റെ കുഞ്ഞുങ്ങളെ സ്വതന്ത്രരാക്കി തനിച്ച് അവരുടെ ആകാശത്തിലേക്കു പറപ്പിച്ചു. നിരാശനായ എന്റെ കണ്ണിൽ ക്രോധം നിറഞ്ഞുനിന്നു. ആ കുഞ്ഞിൽ അവന്റെ ഉപ്പയെയാണ് ഞാൻ കണ്ടത്. വെട്ടി! തൂങ്ങിയാടുന്ന ശിരസ്സുകണ്ടുകൊണ്ടാണ് ഞാൻ ദിക്കും ദേശവുമില്ലാതെ ഓടിയത്. പക്ഷേ, ഓരോ ഘട്ടത്തിലും എന്റെ രഥചക്രത്തിന്റെ ആണി മുറുക്കിത്തരാൻ ആളുകളുണ്ടായിരുന്നു എന്നത് എന്നെ അത്ഭുതപ്പെടുത്തി....."

പറയാനുള്ളതെല്ലാം ഒറ്റ ശ്വാസത്തിൽ പറഞ്ഞുതീർക്കാൻ ഞാൻ ശ്രമിച്ചു. പക്ഷേ, തുടരാൻ കഴിയാത്ത വിധം ഞാൻ ക്ഷീണിച്ചുപോയി.

“അതങ്ങനെയാണ്.” ഞാൻ നിർത്തിയേടത്തുനിന്ന് അയാൾ തുടങ്ങി. “എനിക്കതിൽ ഒരത്ഭുതവുമില്ല. കാരണം, ഇതെന്റെ ആദ്യത്തെ കൊലപാതകമല്ല. വംശം കുറ്റിയറ്റു പോകണമെന്ന് നീ ആഗ്രഹിക്കുന്ന മതത്തിന്റെ ഒരു കണ്ണിയാണ് ഞാൻ. നമ്മൾ പഠിച്ച പാഠമനുസരിച്ച് നിനക്കിപ്പോൾ എന്നെ കൊല്ലാം. എനിക്ക് നിന്നെയും. ഞാൻ ഈ മണ്ണിൽ ജീവിക്കാൻ അർഹനല്ലെന്ന പാഠമാണ് നീ പഠിച്ചത്. അത്തരം പാഠപുസ്തകം തയ്യാറാക്കിയവന്റെ വംശാനന്തര തലമുറയെപ്പോലും ചുട്ടെരിച്ചില്ലാതാക്കണമെന്ന പാഠമാണ് ഞാൻ പഠിച്ചത്. പക്ഷേ, ഈ സിദ്ധാന്തവും പ്രയോഗവും തമ്മിലുള്ള ഞെട്ടിപ്പിക്കുന്ന വിടവുകളെക്കുറിച്ചാണ്. ഞാനിപ്പോൾ ചിന്തിച്ചുകൊണ്ടിരിക്കുന്നത്. പ്രായോഗിക രാഷ്ട്രീയത്തിൽ ഭരണകൂടത്തിന്റെ താല്പര്യം സംരക്ഷിക്കാനാണ്. ഇവർ നമ്മെ ഉപയോഗിക്കുന്നത്. ഭരണകൂടം മർദ്ദകന്റെ കൂടെയാണ്. ചൂഷകന്റെ കൂടെയാണ്. എന്റെയും നിന്റെയും താല്പര്യത്തിന് അത് എതിരാണ്. ‘അന്യമതസ്ഥ’യായ ഒരു യുവതിയെ വകവരുത്താനാണ് കുറച്ചുദിവസംമുമ്പ് ഞാൻ നിയോഗിക്കപ്പെട്ടത്. ഭംഗിയായി ആ കൃത്യം ഞാൻ നിർവ്വഹിച്ചു. താവളത്തിൽ തിരിച്ചെത്തിയപ്പോഴാണറിഞ്ഞത് പെൺകുട്ടിയുടെ സഹോദരനാണ് ബൈക്കോടിച്ച യുവാവെന്ന്. അടയാളപ്പെടുത്തുന്നതിൽ സംഭവിച്ച ഒരു പിഴവായിരുന്നില്ല അതെന്നും ഞാൻ മനസ്സിലാക്കി. ചില രാഷ്ട്രീയ താല്പര്യങ്ങളായിരുന്നു അതിന്റെ പിന്നിൽ. എന്റെ കൺമുമ്പിലിപ്പോഴും സഹോദരിയുടെ നിലവിളി കേട്ടുകൊണ്ട് പിടഞ്ഞൊഴുകുന്ന യുവാവിന്റെ രൂപമുണ്ട്. പെൺകുട്ടിയുടെ നിലവിളി കേട്ടഭാവം നടിക്കാതെ കടന്നുപോകുന്ന യാത്രക്കാരുടെ നിസ്സംഗഭാഗമുണ്ട്. അറിയാമോ, നിന്നെ ആവേശം കൊള്ളിച്ച പ്രസ്ഥാനം എന്നെ വാടകയ്ക്കെടുത്തിട്ടുണ്ട്. ഒരു കൊലപാതകത്തിന്. മനുഷ്യന്റെ ഇച്ഛാശക്തിയെക്കുറിച്ച് എനിക്ക് ബഹുമാനം തോന്നിയത് അന്നാണ്. നിന്റെ ആൾക്കാർ അഞ്ചെട്ടുപേരുണ്ടായിരുന്നു. വടിവാൾ പ്രയോഗത്തിലെ കരുത്തൻ എന്ന നിലയിൽ വാടകയ്ക്കെടുത്ത ഞാനും. ഒരു തിരുവോണ ദിവസമായിരുന്നു അത്. കൊടുങ്കാറ്റുപോലെ വീട്ടിനകത്തേക്ക് ഒരു കുതിപ്പ്.

ആ മനുഷ്യനും ഭാര്യയും മാത്രം വീട്ടിൽ. ഞങ്ങൾ പ്രതീക്ഷിക്കാത്ത ചെറുത്തുനില്പ്. ഞാൻ പിന്നിലായിപ്പോയി. മുന്നിലുള്ള ആൾ ഒരു കൈ അരിഞ്ഞിടുന്നത് ഞാൻ കണ്ടു. ദേഹമാസകലം വെട്ട്. മരിച്ചെന്നു കരുതി. ജയ് വിളികളോടെ സംഘം പുറത്തേക്കു ചിതറി. അറുത്തിട്ട കൈ പൊറുക്കി ഭർത്താവിനെയുമെടുത്ത് ഓടിക്കൂടിയ നാട്ടുകാരുടെ സഹായത്തോടെ ആ ധീരവനിത ആശുപത്രിയിലേക്കു കുതിച്ചു. നൂൽപ്പാലത്തിലായിരുന്ന ജീവൻ രക്ഷപ്പെട്ടു. കൈ തുന്നിച്ചേർത്തു. നീയും ഞാനും പുച്ഛിച്ചുതള്ളുന്ന മതനിരപേക്ഷതയുടെ ആ ആൾരൂപം ഇന്നും കൊലക്കത്തികൾക്കും വെടിയുണ്ടകൾക്കുമിടയിലൂടെ നിർഭയം നടക്കുന്നു!

മാധ്യമങ്ങൾ അത് കണ്ടില്ലെന്നു നടിക്കുന്നു. അവരുടെ പേനകൾ നമുക്കുവേണ്ടി നിരന്തരം ചലിച്ചുകൊണ്ടിരിക്കുന്നു. നമ്മൾ ഇരകളും അവർ വേട്ടക്കാരുമാകുന്നു!"

ചുരം കയറുന്ന ഒരു വാഹനത്തിന്റെ ഇരമ്പം അതിന്റെ വെളിച്ചം ഞങ്ങളുടെ മുഖത്തു പതിഞ്ഞു. ഞരക്കത്തോടെ ആ വാഹനം ഞങ്ങളുടെ മുമ്പിൽ വന്നു നിന്നു. അതൊരു പൊലീസ് ജീപ്പായിരുന്നു. ഓടിപ്പോകാൻ ഒരു പഴുതും കാണാതെ ഞാൻ ഇരുന്ന ഇരുപ്പിൽത്തന്നെയായി. ചുമടുതാങ്ങിയുടെ മറ്റേ അറ്റത്തിരിക്കുന്ന ആൾക്ക് ഒരു കുലുക്കവുമില്ല. അയാൾ എഴുന്നേറ്റ് പൊലീസ് ജീപ്പിനടുത്തു ചെന്നു. അപ്പോഴേക്കും മറ്റൊരു വാഹനം പിന്നാലെയെത്തി. അതൊരു പ്രമുഖ ടി വി ചാനലിന്റെ വാഹനമായിരുന്നു. അതിന്റെ വെളിച്ചം പൊലീസ് ജീപ്പിൽ വീണപ്പോൾ ആരെയോ തിരിച്ചറിഞ്ഞതുപോലെ അവർ ജീപ്പിനടുത്തു ചെന്നു. അകത്തേക്കുതന്നെ കുറച്ചുനേരം സൂക്ഷിച്ചു നോക്കി. പിന്നെ ചാനൽ വാഹനത്തിൽ നിന്നിറങ്ങി നില്ക്കുന്നവരോട് എന്തോ തിരക്കി.

പൊലീസ് ജീപ്പ് വീണ്ടും മുരണ്ടു തുടങ്ങി. അത് മുന്നോട്ടു കുതിച്ചു. പിന്നാലെ ചാനൽ വാഹനവും. ഇരുട്ടിലും ഏകാന്തതയിലും മാറ്റി നിർത്തപ്പെട്ട രണ്ടു മനുഷ്യർ കാത്തിരിപ്പ് തുടർന്നു.

"സുഹൃത്തേ..."

അയാളുടെ വിളി.

"ങും?"

ഞാൻ മൂളി.

"പൊലീസ് ജീപ്പിൽ ആരാണെന്നറിയോ?"

"എനിക്കൊന്നും അറിയേണ്ട."

"അറിയണം. എല്ലാം. അതിനകത്ത് തിരുവോണനാളിൽ ഞങ്ങൾ വെട്ടിനുറുക്കിയിട്ട മനുഷ്യനാണ്. ഞാനും നീയും ചെയ്ത ഹീനകൃത്യങ്ങളുടെ പിന്നിലെ ഗൂഢാലോചനയ്ക്ക് അയാളെ പൊലീസ് ചോദ്യം ചെയ്യാൻ കൊണ്ടുപോകുകയാണ്. എന്തുതോന്നുന്നു ഇപ്പോൾ?"

"ഒന്നും തോന്നുന്നില്ല."

"ഒന്നും?"

"പാഴാക്കിക്കളഞ്ഞ ജീവിതത്തിന് പിന്നെ എന്തുതോന്നാൻ?"

"ശരിയാണ്. വാ നമുക്ക് ഈ കാടിനുള്ളിൽ കടക്കാം. എന്തുപറയുന്നു."

"അതാണ് നല്ലത്... രഥചക്രത്തിന്റെ ആണിയുമായി വരുന്നവർ നമ്മോട് വരം ചോദിക്കും. ആഗ്രഹങ്ങൾ പൂർത്തീകരിച്ചുകൊടുക്കേണ്ടി വരും. അതുവേണ്ട."

ഞങ്ങൾ ഇരുട്ടിലേക്കിറങ്ങി.

ഒരു വാഹനം ചുരം കയറിവന്ന് കുറേ നേരം ചുമടുതാങ്ങിക്കരികിൽ വന്നുനിന്ന് തിരിച്ചുപോയി.

പ്രാണവായുവിന്റെ ഉടമ ആരാണ്?

എങ്ങും ഇരുട്ടാണ്. കൊഴുത്ത ഇരുട്ട്. റോഡരികിലെ വിളക്കുമരങ്ങൾ കണ്ണുചിമ്മിയിട്ട് കുറേ നേരമായി. നക്ഷത്രങ്ങൾ ഇരുട്ടിലേക്ക് സൂക്ഷിച്ചു നോക്കുന്നുണ്ട്. കട്ടിക്കമ്പിളിയുടെ ചുളിവുകൾക്കിടയിലെന്തോ നഷ്ടപ്പെട്ടത് തെരയുന്നതു പോലെ.

ആര്യവേപ്പിന്റെ ചുവട്ടിലെ ജവുക്കാളം വിരിച്ച കയറ്റുകട്ടിലിൽ ഭരത്‌ലാൽ യാദവ് ഒരുപകൽ മുഴുവൻ ഇരുന്ന് തീർത്തു. പകൽ മാത്രമാണോ? ഇന്നലെ രാത്രിയും ഇതേ ഇരിപ്പു തന്നെയായിരുന്നില്ലേ? ഒരു പോള കണ്ണടയ്ക്കാൻ കഴിഞ്ഞില്ല. ഒരു വയസ്സു കഴിഞ്ഞിട്ടില്ലാത്ത പേരക്കുട്ടിയുടെ കരച്ചിലായിരുന്നു രാത്രി മുഴുവൻ. ഇടയ്ക്ക് കരച്ചിലൊന്ന് നിർത്തി അബോധത്തിലെന്നപോലെ ഞരങ്ങാൻ തുടങ്ങും. ഉറങ്ങി എന്നു തോന്നുമ്പോഴായിരിക്കും വീണ്ടും നിലവിളി ഉയരുന്നത്. രണ്ടോ മൂന്നോ തവണ സുമൻലാൽ കുഞ്ഞിനെ ചുമലിൽ കിടത്തി മുറ്റത്തിറങ്ങി. താരാട്ടു പാടിയും ആകാശത്തിലെ നക്ഷത്രങ്ങളെ ചൂണ്ടിക്കാണിച്ചും കരച്ചിലടക്കാൻ നടത്തിയ ശ്രമങ്ങൾ വെറുതെയായി. യോഗിബാബയുടെ ആശ്രമത്തിൽനിന്നു കൊണ്ടുവന്ന ഭസ്മം പുരട്ടിയിട്ടും കരച്ചിൽ നിന്നില്ല.

അരേ ഭഗ്‌വാൻ, എന്റെ പേരക്കുട്ടിയുടെ എല്ലാ വേദനയും എല്ലാ രോഗവും ഈയുള്ളവനിലേക്ക് പകർന്ന് അവനെ രക്ഷപ്പെടുത്തണേ.... വേണമെങ്കിൽ ഈ ജീവനെത്തന്നെ അങ്ങോട്ടെടുത്തോളൂ.

ഭരത്‌ലാൽ യാദവ് ആകാശത്തിലെ നക്ഷത്രങ്ങളെ നോക്കി ഇടയ്ക്കിടെ പ്രാർത്ഥിച്ചുകൊണ്ടിരുന്നു.

പകലിന്റെ കണ്ണ് കീറിത്തുടങ്ങിയതേയുള്ളൂ. ഗോപാൽ ശർമ്മയുടെ ജീപ്പ് പരിസരം മുഴുവൻ ഉണർത്താനെന്നപോലെ ഹോണടിച്ചുകൊണ്ട് പറന്നുപോയി. പിന്നാലെ ട്രാക്ടറും. നൂറുകണക്കിന് ഏക്കർ പരന്നുകിട

ക്കുന്ന പാടശേഖരത്തിലേക്കുള്ള യാത്രയാണ്. എം പി ആയിരുന്നപ്പോൾ അയാൾ ചെയ്ത ഏക 'പൊതുജനസേവനം' അതുമാത്രമാണ്. റോഡ് തുടങ്ങുന്നിടത്തും അവസാനിക്കുന്നിടത്തും കരിങ്കൽ സ്തൂപത്തിൽ അയാളുടെ പേര് കൊത്തിവച്ചിട്ടുണ്ട്. റോഡ് ഉണ്ടായതുതന്നെ വീട്ടിൽ നിന്ന് കൃഷിയിടത്തിലേക്കുള്ള യാത്രയ്ക്കു വേണ്ടിയാണ്. ലോകമുള്ളിടത്തോളംകാലം തന്റെ പേര് ഈ റോഡിലൂടെ നിലനില്ക്കുമെന്ന് അയാൾ ഉറച്ച് വിശ്വസിക്കുന്നു.

പരമ്പരാഗതമായി കിട്ടിയ മുപ്പത്സെന്റ് സ്ഥലം മാത്രമേ ഭരത് ലാലിന് ഉണ്ടായിരുന്നുള്ളൂ. അച്ഛൻ യോഗേഷ് ലാൽയാദവിന് ഒരേക്കർ സ്ഥലമുണ്ടായിരുന്നു. സ്വാതന്ത്ര്യസമരഭടനായിരുന്ന അദ്ദേഹം ക്വിറ്റ് ഇന്ത്യ സമരത്തിൽ പങ്കെടുത്ത് ജയിലിൽ കഴിഞ്ഞപ്പോൾ നിർദ്ധനരും ഒരു സെന്റ്മണ്ണുപോലും സ്വന്തമായി ഇല്ലാതിരുന്നവരുമായ സഹതടവുകാർക്ക് പകുതി സ്ഥലം ഭാഗിച്ചു കൊടുത്തു. ഇതിൽ അഞ്ചുപേർ കുടിൽ കെട്ടി താമസിച്ചു. അച്ഛൻതന്നെ അവിടെ വലിയൊരു ബോർഡ് നഗരത്തിൽനിന്ന് എഴുതിച്ച് ഒരു മാവിൻ തടിയിൽ ആണിയടിച്ച് തൂക്കിയിട്ടു.

ആസാദി കി ഗാവ്

വഴിയേ പോകുന്ന അക്ഷരജ്ഞാനമുള്ള അപൂർവ്വം ചിലർ അത് വായിച്ചു.

ആസാദി കി ഗാവ്

നിറം മങ്ങിയെങ്കിലും ആ ബോർഡ് ഇപ്പോഴും അവിടെ തൂങ്ങിക്കിടക്കുന്നു.

പതിനഞ്ചു സെന്റ് സ്ഥലം പിന്നീട് റോഡിനു വേണ്ടി വിട്ടുകൊടുക്കേണ്ടിവന്നു. വ്യക്തിവൈരാഗ്യം തീർക്കാനാണ് ശർമ്മ അത് ചെയ്തത്. പത്തുമീറ്റർ മാറി അയാളുടെ സ്ഥലം തന്നെ കിടക്കുന്നുണ്ട്. അതെടുത്താൽ റോഡിന് വളവുണ്ടാവുമെന്നാണ് അയാൾ നിരത്തിയ ന്യായം. മാത്രമല്ല പൊതുജനങ്ങൾക്കുവേണ്ടി ഒരു റോഡ് നിർമ്മിക്കുമ്പോൾ അവരുടെ പങ്കാളിത്തം കൂടി അതിലുണ്ടാവണമത്രെ. വികസനവിരുദ്ധനെന്ന പേരു വീഴാതിരിക്കാൻ ഭരത് ലാൽ ആവശ്യമുള്ള സ്ഥലം റോഡിന് പതിച്ചു നല്കി. രണ്ടാമത്തെ തെരഞ്ഞെടുപ്പിലും ശർമ്മ തന്നെയായിരുന്നു. സ്ഥാനാർത്ഥി. ആസാദി കി ഗാവിലെ വീട്ടുകാരെല്ലാം ചേർന്ന് എതിർപ്പുണ്ട് എന്ന സൂചന നല്കാൻവേണ്ടി മാത്രം സഫ്ദറിനെ സ്ഥാനാർത്ഥിയാക്കി. മണ്ഡലം മുഴുവൻ അവൻ വോട്ട് അഭ്യർത്ഥിച്ചുകൊണ്ട് സൈക്കിളിൽ ചുറ്റി. ഭരത്ലാലും സഹായിച്ചു. പ്രതീക്ഷിച്ചതിനേക്കാൾ എത്രയോ ഇരട്ടി വോട്ടുകൾ സഫ്ദർ നേടി. നാലാം സ്ഥാനത്തെത്തി. ശർമ്മ തോറ്റു. ഈ തോല്വി ഉണ്ടാക്കിയ മുറിവ് ഇപ്പോഴും ഉണങ്ങിയിട്ടില്ല.

ഭരത് ലാലിന് ഒരേയൊരു മകനാണ്. സുമൻ. അവന്റെ ഭാര്യ ഗായത്രി ദേവി നാല് പ്രസവിച്ചു. മൂന്ന് കുഞ്ഞുങ്ങളെയും അഞ്ചു വയസ്സ് തികയും മുമ്പ് ദൈവം മടക്കിവിളിച്ചു. പശുക്കളെയും ആടുകളെയും വളർത്തി

കടമ്പകളിൽ തട്ടാതെ ജീവിതം മുന്നോട്ടുകൊണ്ടുപോകുന്നതിനിടയിൽ കുഞ്ഞുങ്ങളുടെ മരണം സുമൻലാലിന്റെ നെഞ്ചിൽ തീ കോരിയിട്ടു. ആ നീറ്റൽ അവസാനിക്കുന്നില്ല. ഓർമ്മകളിൽ ലയിച്ചിരിക്കുമ്പോൾ ഭാര്യ ഗായത്രി ദേവിയുടെ കണ്ണിൽനിന്ന് തീത്തുള്ളികളാണ് പുറത്തുവരുന്നത്. ഒരുവയസ്സു തികഞ്ഞിട്ടില്ലാത്ത ശ്യാംലാലിനെ നഗരത്തിലെ ആശുപത്രിയിൽ കാണിച്ച് വേണ്ട ചികിത്സ നടത്തണമെന്ന് ഗായത്രിദേവി പറയാൻ തുടങ്ങിയിട്ട് കുറച്ചു ദിവസമായി യോഗി ബാസിയുടെ ഭസ്മത്തിന് സുഖപ്പെടുത്താൻ കഴിയുന്നതല്ല. കുഞ്ഞിന്റെ അസുഖമെന്ന് അവൾക്ക് മനസ്സിലായിത്തുടങ്ങിയിരുന്നു. നഗരത്തിലെ ആശുപത്രിയിൽ ചികിത്സ കിട്ടണമെങ്കിൽ ധാരാളം പണം വേണം. ജീവിതം തള്ളി നീക്കാൻ പെടുന്ന പാട് അവൾക്ക് അറിയാത്തതുകൊണ്ടല്ല. മൂന്നു കുഞ്ഞുങ്ങളുടെ അനുഭവം ഇതിനുണ്ടാകരുതെന്ന നെഞ്ചു പിളർക്കുന്ന പ്രാർത്ഥനയ്ക്കിടയിൽ അവൾ മറ്റെല്ലാം മറന്നുപോകുന്നു.

സുമൻ അച്ഛന്റെ കട്ടിലിൽ വന്നിരുന്നു. എന്തെങ്കിലും അത്യാവശ്യ കാര്യങ്ങൾ പറയാനുണ്ടെങ്കിൽ മാത്രമേ അവൻ ഇങ്ങനെ വന്നിരിക്കാറുള്ളൂ.

സുമൻ എന്താണ് പറയേണ്ടതെന്നറിയാതെ നിശ്ശബ്ദതനായിരുന്നു

“നീ... ഇങ്ങനെ വിഷമിച്ചിരുന്നാലോ! ദൈവം നമ്മെ കൈവിടില്ല മോനേ..”

“അച്ഛാ... നമുക്ക് ശ്യാമിനെ ഖൊരക്പൂർ ആശുപത്രിയിലേക്ക് കൊണ്ടു പോയാലോ.”

“നല്ലത്. നല്ലതുതന്നെ. പക്ഷേ, അതിനൊക്കെ കുറേ പണം വേണ്ടേ മോനേ.”

“നമുക്ക് ഒരു പശുവിനെ വിറ്റാലോ?”

“അത് നല്ലൊരു വഴി തന്നെ. പക്ഷേ, വേണോ എന്നുചോദിച്ചുപോയാൽ ആരും നല്ല വില തരില്ലെടാ..”

“ചന്തയിൽ കൊണ്ടു വില്ക്കാം. അവിടെ ഇടനിലക്കാരുണ്ടാവും. അല്പം കമ്മീഷൻ കൊടുത്താലും തരക്കേടില്ല. നല്ല വിലകിട്ടും.”

“അത് ശരിയാണ്.”

ഭരത് ലാൽ തലകുലുക്കി.

“അച്ഛൻ ഒരു കാര്യം ചെയ്യ്. ഗായത്രിയെയും കുഞ്ഞിനെയും കൂട്ടി ആശുപത്രിയിലേക്ക് പൊയ്ക്കോളൂ. ഞാൻ ചന്തയിൽ പോയി പശുവിനെ വിറ്റ് കഴിയുന്നതുംവേഗം ഖൊരക്പൂരിലെത്താം. സഫ്ദറിന് ആശുപത്രിയിൽ പരിചയക്കാരുണ്ട്.”

കുറച്ചുനേരം എന്തോ ആലോചിച്ച് നിന്നശേഷം ഭരത് ലാൽ പറഞ്ഞു

“അതിന് എന്റെ കൈയിൽ ഒന്നുമില്ലല്ലോ മോനേ.”

“സഫ്ദർ നിങ്ങളുടെ കൂടെ വരും. അത്യാവശ്യത്തിനെടുക്കാൻ അവന്റെ കൈയിലുണ്ട്. ഇനിയും വച്ചു താമസിപ്പിച്ചാൽ..”

ഖൊരക്പൂരിലേക്ക് മൂന്നുമണിക്കൂർ ബസുയാത്രയുണ്ട്. യാത്രയി

ലുടനീളം കുഞ്ഞ് കരഞ്ഞുകൊണ്ടിരുന്നു. കരഞ്ഞു തളർന്നപ്പോൾ കുറച്ചു നേരം ഉറങ്ങി.

നാട്ടിലെല്ലാം കുഞ്ഞുങ്ങൾക്കെന്തോ മാറാരോഗമാണ്. ഖൊരക് പൂരിലെ ആശുപത്രിയിൽ ഇന്നലെയും മിനിയാന്നുമായി കുറേ കുഞ്ഞു ങ്ങൾ മരിച്ചത്രെ.

യാത്രക്കാരിലൊരാൾ പറഞ്ഞു. ഗായത്രി ദേവി അത് കേട്ടിട്ടില്ലെന്നു തോന്നുന്നു. പക്ഷേ, സഫ്ദർ കേട്ടു. 'ഒന്നു നിർത്തുന്നുണ്ടോ' എന്ന് അയാൾ ആ യാത്രക്കാരനോട് ദേഷ്യപ്പെട്ടു.

പതിനൊന്നു മണിക്ക് അവർ ആശുപത്രിയിലെത്തി. ഡോക്ടറുടെ പരിശോധന കഴിഞ്ഞു. കുഞ്ഞിനെ ഐ സി യുവിലേക്കു മാറ്റി.

"ഡോക്ടർ, ഒന്നും പറഞ്ഞില്ലല്ലോ."

ഗായത്രി ദേവി ആരോടെന്നില്ലാതെ പറഞ്ഞു.

"നമ്മുടെ കുഞ്ഞിന് നല്ല ചികിത്സ കിട്ടും. അതാണ് ഐ സിയുവി ലേക്ക് കൊണ്ടുപോയത്." സഫ്ദർ പറഞ്ഞു. അതിനകത്ത് കടന്ന പ്പോൾത്തന്നെ അവന്റെ കരച്ചിൽ നിന്നു.

ഗായത്രീ ദേവി ഐ സി യുവിന് പുറത്ത് പ്രാർത്ഥിച്ചുകൊണ്ടേയി രുന്നു. ഭരത്‌ലാലിന് എവിടെയും ഇരിപ്പുറച്ചില്ല. സുമനെ ഇനിയും കാണു ന്നില്ലല്ലോ സഫ്ദർ എന്ന് ഇടയ്ക്കിടെ പറഞ്ഞുകൊണ്ട് ഇടനാഴിയിലൂടെ നടന്നും കാൽകഴയ്ക്കുമ്പോൾ ഇരുന്നും അയാൾ അസ്വസ്ഥനായി.

വൈകുന്നേരമായിട്ടും സുമൻലാൽ എത്തിയില്ല.

തൊഴുത്തില് നാലഞ്ച് പശുക്കളും കിടാങ്ങളും ഉള്ളതല്ലേ സഫ്ദർ... ഇനിയും ഞാനിവിടെ നിന്നാൽ അവറ്റകളുടെ സ്ഥിതിയെന്താവും? ഇവ നിതെവിടെപ്പോയി?

"നിങ്ങളിനി പൊയ്ക്കോളൂ." സഫ്ദർ പറഞ്ഞു. "അതാ നല്ലത്. അല്പം വൈകിയാലും സുമൻ ഇങ്ങോട്ടുതന്നെവരും. ഞാൻ നിങ്ങളെ ബസു കയറ്റി വിടാം."

ആശുപത്രിയുടെ ഗ്രൗണ്ട് ഫ്ളോറിലെത്തിയപ്പോൾ ഒരു ഭാഗത്ത് വലിയൊരു ആൾക്കൂട്ടം കണ്ട് ഭരത്‌ലാലും സഫ്ദറും അങ്ങോട്ടു നീങ്ങി. പത്തുകുട്ടികളുടെ ശവശരീരങ്ങൾ അഡ്രസ് ടാഗോടുകൂടി നിരത്തിക്കിട ത്തിയിരിക്കയാണ്.

ഒരു ചെറുപ്പക്കാരൻ തന്റെ രോഷം അടക്കി നിർത്താൻ കഴിയാതെ ഉച്ചത്തിൽ പറയുന്നുണ്ട്.

"പ്രാണവായു കൊടുക്കാതെ കുഞ്ഞുങ്ങളെ കൊല്ലുന്ന മന്ത്രിയാ ണിതിൽ ഒന്നാം പ്രതി. പ്രാണവായുണ്ടാക്കുന്ന സർക്കാർ സ്ഥാപന ത്തെപ്പോലും സ്വകാര്യ കമ്പനികൾക്ക് പണം കൊയ്യാൻ വിട്ടുകൊടുത്തത് ഇവരാണ്. ലാഭം മാത്രമാണ് കമ്പനിയുടെ ലക്ഷ്യം. കുഞ്ഞുങ്ങളുടെ ജീവനല്ല. ഗ്യാലറികളിലിരുന്ന് മരണക്കളി കാണുകയാണ് ഭരണകർത്താ ക്കൾ. ആടുന്നവനെ പിടിച്ച് നെയ്യാനാക്കരുത്."

ആളുകളുടെ പ്രതികരണം കേട്ടപ്പോൾ ഭരത് ലാലിന് ഒരു വിറയൽ

അനുഭവപ്പെട്ടു. അയാൾ സഫ്ദറിന്റെ കൈയിൽ മുറുകെ പിടിച്ചു. ഭരത് ലാൽ വല്ലാതെ വിയർക്കുന്നുണ്ടെന്നു മനസ്സിലാക്കിയ സഫ്ദർ അയാളെയുംകൂട്ടി ആശുപത്രിയിൽനിന്നും പുറത്തു കടന്നു.

"സഫ്ദർ നമ്മുടെ കുഞ്ഞുമോൻ"

"ഇതൊക്കെ ഗുരുതരമായ രോഗം ബാധിച്ച കുഞ്ഞുങ്ങളായിരിക്കും. നൂറുകണക്കിന് കുഞ്ഞുങ്ങൾ ഓരോ ദിവസവും വരുന്നിടത്ത് ഇന്ന് സ്വാഭാവികം. നമ്മുടെ കുഞ്ഞ് വേഗം സുഖം പ്രാപിക്കും."

സഫ്ദർ പലതും പറഞ്ഞ് ഭരത്ലാലിനെ ആശ്വസിപ്പിച്ചു. ബസ്സ്റ്റാന്റിൽനിന്ന് ബസ് കയറ്റിവിട്ടു.

ഭരത്ലാൽ വീട്ടിലെത്തിയപ്പോൾ സന്ധ്യയായിരുന്നു. അയാളുടെ കാൽപെരുമാറ്റവും ഗന്ധവും ദൂരെനിന്നുതന്നെ പശുക്കളും ആടുകളും പിടിച്ചെടുത്തു കഴിഞ്ഞിരുന്നു. അവ നിർത്താതെ കരച്ചിൽ തുടങ്ങി.

കുപ്പായം മാറ്റാൻ നില്ക്കാതെ ഭരത്ലാൽ പശുക്കൾക്കും ആടുകൾക്കും പിണ്ണാക്ക് കലക്കിയ വെള്ളം കൊടുത്തു. പുല്ലിട്ടു കൊടുത്തു. അവയുടെ കരച്ചിലൊന്നടങ്ങിയപ്പോൾ ഭരത്ലാൽ അകത്തുകയറി. കുപ്പായം ഊരി വച്ചു. ഒരു ലുങ്കിയെടുത്തുടുത്തു. അടുക്കളയിൽ വല്ലതുമുണ്ടോ എന്നു നോക്കി. നല്ല ദാഹവും വിശപ്പുമുണ്ട്. പാത്രത്തിൽ ചപ്പാത്തിയും സബ്ജിയുമുണ്ടായിരുന്നു. ഇതെല്ലാം എപ്പോഴാണിവൾ ഉണ്ടാക്കിയതെന്ന് അയാൾ അത്ഭുതപ്പെട്ടു. പകൽ മുഴുവൻ അവൾ ജോലി ചെയ്തുകൊണ്ടേയിരിക്കും. തന്റെ ദുഃഖങ്ങളോ ആവശ്യങ്ങളോ അവൾ മറ്റുള്ളവരുടെ മുമ്പിൽ പ്രകടിപ്പിച്ചിരുന്നില്ല. അവളില്ലായിരുന്നെങ്കിൽ ഇത്രയും പശുക്കളെയും ആടുകളെയും പോറ്റാനും കുടുംബം മുന്നോട്ടു കൊണ്ടുപോകാനും സുമന് കഴിയുമായിരുന്നില്ല. അവളുടെ കണ്ണീർ ഇനിയും കാണാനുള്ള ശക്തി തനിക്കില്ല. ഭഗ്വാൻ എന്റെ പേരക്കുട്ടിയെ കാത്തുകൊള്ളേണേ.

കട്ടിലിൽ കിടന്നിട്ടും അയാൾ പ്രാർത്ഥന തുടർന്നുകൊണ്ടേയിരുന്നു. ആര്യവേപ്പിന്റെ ശാഖകൾ തണുപ്പ് ചൊരിഞ്ഞുകൊണ്ട് അയാളെ ഉറക്കാൻ നോക്കി.

അതിരാവിലെ എഴുന്നേല്ക്കുമ്പോൾ തന്നെ ലോകത്തിനെന്തോ സംഭവിക്കുന്നതായി ഭരത്ലാലിനു തോന്നി. നെഞ്ചിടിപ്പ് വർദ്ധിക്കുകയാണ്. എത്ര മണിക്കായിരിക്കും സുമൻ ആശുപത്രിയിലെത്തിയിരിക്കുക? കുഞ്ഞിനെ വാർഡിലേക്ക് മാറ്റിക്കാണുമോ? ഉത്തരംകിട്ടാത്ത ചോദ്യങ്ങളുമായി അയാൾ ഒരു ഭ്രാന്തനെപ്പോലെ മുറ്റത്ത് തലങ്ങുംവിലങ്ങും നടന്നു. നേരം പരപരാ വെളുത്തപ്പോൾ സഫ്ദർ വീട്ടിലേക്കായി നടത്തം. യോഗേഷ് ലാൽ യാദവ് പതിച്ചുകൊടുത്ത സ്ഥലത്ത് സഫ്ദർ ഇപ്പോൾ മൂന്നു മുറികളുള്ള വീട് പണിതിട്ടുണ്ട്. നഗരത്തിലെ കൂലിവേല ചെയ്ത് മിച്ചംവച്ച പണം കൊണ്ടുണ്ടാക്കിയതാണ് ആ വീട്. സഫ്ദറിന്റെ ഭാര്യക്ക് മൊബൈൽഫോണുണ്ട്. രാത്രി സഫ്ദർ അവളെ വിളിച്ചുകാണും മുറ്റത്ത് കുറച്ചു നേരം അയാൾ നിന്നു. ആരും എഴുന്നേറ്റിട്ടില്ലി

ല്ലെന്നു തോന്നുന്നു. അതിരാവിലെ വിളിച്ചുണർത്തുന്നത് ശരിയല്ല. കുറച്ചു കഴിഞ്ഞുവരാം. അയാൾ തിരിച്ചുനടന്നു. വയലിലേക്ക് ജോലിക്കു പോകുന്ന ചിലർ അയാളെ വിളിച്ചു.

"ഭരത്‌ലാൽജീ.... രാവിലെ എന്താ ഇങ്ങനെ കൂനിക്കൂടിയിരിക്കുന്നത് സുഖമില്ലേ?"

"നല്ല സുഖമില്ല. നേരിയ പനി."

"ങാ. എല്ലായിടത്തും ഇപ്പോൾ പനിയുണ്ട്. കാലാവസ്ഥയുടേതാണ്."

സഫ്ദറിന്റെ വീട്ടിലേക്ക് പോകാനായി എഴുന്നേറ്റു അപ്പോഴുണ്ട് അയാളുടെ ഭാര്യ ഓടിക്കൊണ്ട് വരുന്നു. എന്തോ അപകടമുണ്ട്. ഭരത്‌ലാൽ ഊഹിച്ചു. അവളുടെ നടത്തം അതാണ് പറയുന്നത്.

"ഭരത്‌ലാൽ ജി ആശുപത്രിയിൽനിന്ന് ഇപ്പോൾ വിളിച്ചിരുന്നു."

സഫ്ദർ എന്താണ് പറഞ്ഞതെന്ന് ചോദിക്കാനുള്ള ശക്തി അയാൾക്കില്ലായിരുന്നു.

"സുമൻലാൽജി ആശുപത്രിയിൽ എത്തിയില്ലെന്ന്."

ഭരത്‌ലാൽ വീടിന്റെ ചുമരിലേക്കു ചാഞ്ഞു, കുഞ്ഞു ഐ സി യുവിൽ തന്നെയുണ്ട്. ഒന്നും പറയാറായിട്ടില്ലെന്ന് ഡോക്ടർ പറഞ്ഞത്രെ. പണം വേണ്ടിവരും. എന്തുചെയ്യുമെന്നാണ് ഓറ് ചോദിക്കുന്നത്.

കൺമുമ്പിൽ ഇരുട്ട് പരക്കുന്നതായി ഭരത്‌ലാലിനു തോന്നി. ഇരുട്ടിലൂടെ സഫ്ദറിന്റെ ഭാര്യ നടന്നുപോകുന്നതുപോലെ അയാൾ എങ്ങനെയെല്ലാമോ കട്ടിലിലെത്തി. ഇരിക്കാൻ വയ്യ. കിടന്നു.

അന്ന് ഉച്ചയ്ക്ക് പുറത്തു കിടത്തിയ പന്ത്രണ്ട് കുഞ്ഞുങ്ങളിലൊന്ന് ശ്യാം ലാൽ യാദവിന്റേതായിരുന്നു. അഡ്രസ് ടാഗിൽ അവന്റെ പേരും അച്ഛന്റെ പേരും ഭംഗിയായി ടൈപ്പ് ചെയ്തു വച്ചിരുന്നു. പരിചയമുള്ള ആശുപത്രി ജീവനക്കാരിൽനിന്നെല്ലാം കടംവാങ്ങി സഫ്ദർ ബില്ലടച്ചു.

"ഗായത്രീ.. സുമന് എന്തോ സംഭവിച്ചിട്ടുണ്ട്. അല്ലാതെ അവൻ വരാതിരിക്കില്ല. നിയന്ത്രണം വിട്ടുപോകരുത്. കരച്ചിൽ അടക്കണം. മോനെ ഞാനെടുത്തോളം. ജീവൻപോയതാണെന്നു പറഞ്ഞാൽ ബസിൽ കയറ്റില്ല. നമുക്ക് എത്രയും വേഗം വീട്ടിലെത്തണം."

ആറുമണിയോടെ സഫ്ദറും ഗായത്രിയും വീട്ടിലെത്തി. ഒരു കുട്ടിയെപ്പോലെ ഭരത്‌ലാൽ കരഞ്ഞുകൊണ്ടിരുന്നു. അകത്തു വിരിച്ചപായിൽ സഫ്ദർ കുഞ്ഞിനെ കിടത്തി. ഗായത്രി തലയ്ക്കൽ നിലവിളക്ക് കത്തിച്ചുവച്ചു. ഭരത്‌ലാൽ ഇടയ്ക്കിടെ അകത്തുവന്ന് ശ്യാമിനെ മാറോട് ചേർത്ത് പൊട്ടിക്കരഞ്ഞു.

"അച്ഛനെന്തിനാ ഇങ്ങനെ കരയുന്നെ? കരഞ്ഞാൽ അവനിനി തിരിച്ചുവരോ? പേരക്കുട്ടിയെ അച്ഛന് വിധിച്ചിട്ടില്ലാന്ന് കണക്കുകൂട്ടിയാ മതി. ഗായത്രി അച്ഛനെ ആശ്വസിപ്പിക്കാൻ നോക്കി.

രാത്രി രണ്ടുപേരും ഉറങ്ങിയില്ല. സുമൻ ദൂരേന്ന് നടന്നുവരുന്നതായി ഭരത്‌ലാലിനു തോന്നും. കുറച്ചുദൂരം മുമ്പോട്ടുനടന്ന് തിരിച്ചുവരും.

ഇങ്ങനെ പലയാവർത്തി ഇരുന്നും നടന്നും നേരം വെളുപ്പിച്ചു. അപ്പോഴും സുമൻലാൽ യാദവ് തിരിച്ചെത്തിയില്ല. ഇനിയും കുഞ്ഞിനെ ഇങ്ങനെ വച്ചുകൊണ്ടിരിക്കരുതെന്ന് ആസാദി കി ഗാവിലെ എല്ലാ വീട്ടുകാരും അഭിപ്രായപ്പെട്ടു. മൂന്നു കുഞ്ഞുങ്ങളെ അടക്കം ചെയ്ത അതേ സ്ഥലത്ത് ശ്യാമിനെയും അടക്കം ചെയ്തു. ആളൊഴിഞ്ഞപ്പോൾ അകത്തു നിന്നൊരു തേങ്ങലുയർന്നു. അടക്കിപ്പിടിച്ചിരുന്ന ദുഃഖമത്രയും ഗായത്രി കരഞ്ഞു തീർക്കുകയാണ്.

ഉച്ചയോടെ സഫ്ദറും ഭരത്‌ലാലും പൊലീസ് സ്റ്റേഷനിലെത്തി. ഒരു പരാതി നല്കി. പരാതി വായിച്ചു നോക്കി ഇൻസ്പെക്ടർ പറഞ്ഞു.

“നിങ്ങളുടെ ഭാഗത്തും കുറ്റമുണ്ട്. ഇന്നത്തെ കാലത്ത് ആരെങ്കിലും ഗോമാതാവിനെ വില്ക്കാൻ കൊണ്ടുപോകുമോ? മാതാവിനോടു കാണിക്കുന്ന ക്രൂരതയ്ക്ക് ശിക്ഷ ലഭിക്കുക സ്വാഭാവികം. അതുമാത്രമല്ല നിങ്ങൾ ആ ഗോപാൽ ശർമ്മയുമായി നിരന്തരം വഴക്കിലാണ്. ഒന്നുമില്ലേലും അയാൾ ഇവിടത്തെ എം പി ആയിരുന്ന ആളല്ലേ?”

“അയാളും എന്റെ പരാതിയും തമ്മിൽ എന്താണ് ബന്ധം?”

ഭരത്‌ലാൽ ചോദിച്ചു

“ഇന്നത്തെ കാലത്ത് ബന്ധങ്ങൾ എപ്പോൾ ഉണ്ടാകും എപ്പോൾ ഇല്ലാതാകും എന്നൊക്കെ മുൻകൂട്ടി പറയാൻ കഴിയില്ല. ശരി ഞാൻ അന്വേഷിക്കാം നിങ്ങൾ പൊയ്ക്കോ....”

സഫ്ദറും ഭരത്‌ലാലും ഒരക്ഷരം ഉരിയാടാൻ കഴിയാതെ സ്റ്റേഷനിൽനിന്ന് തിരിച്ചെത്തി.

“സഫ്ദർ, ആ ബോർഡ് അവിടെ നിന്നു മാറ്റണം. ആസാദി കി ഗാവ്...!” ഭരത്‌ലാൽ പറഞ്ഞു. “സ്വാതന്ത്ര്യസമരത്തെ ഒറ്റികൊടുത്തവരെ എന്ന് ഇന്ത്യയുടെ ഭരണം ഏല്പിച്ചോ അന്ന് ഈ നാട് മുടിയാൻ തുടങ്ങി. ഇന്നിത് ആസാദ് കി ഗാവ് അല്ലാതായി.”

സഫ്ദർ ഭരത്‌ലാലിനെ കട്ടിലിലിരുത്തി, ആശ്വസിപ്പിച്ചുകൊണ്ടിരുന്നു.

മൂന്നു ദിവസം കഴിഞ്ഞിട്ടും സുമൻ വന്നില്ല. അവൻ എവിടെയായിരിക്കും?

9 789388 485807

Printed by Libri Plureos GmbH in Hamburg,
Germany